முதற்பதிப்பு	:	பிப்ரவரி 1992
இரண்டாம் பதிப்பு	:	செப்டம்பர் 2023
உரிமை	:	ஆசிரியர்க்கு (இந்நூலிலுள்ள கவிதைகளையோ வரிகளையோ ஆசிரியரின் முன் அனுமதியின்றி எடுத்தாளக்கூடாது)
வெளியீட்டாளர்	:	**ந. மகேஸ்வரி** 20 F3/13, சக்தி நகர் ஜட்ஜ் சாலை சேலம் – 636 008 தமிழ்நாடு

எண்ணத்தில் மலர்ந்த வண்ண மலர்கள்

அனைத்து பா (செய்யுள்) வகைகளையும்
உள்ளடக்கிய தமிழ்க் கவிதை நூல்

[Colourful Flowers that Bloomed in Thoughts - Tamil Poetry]

டாக்டர் சி. நடேசன், M.A., Ph.D.

<u>**இதய காணிக்கை**</u>

"தாயும் தந்தையும் தரணியறி தெய்வம்"

என் தந்தை திரு. **ப. அ. சின்னையா**

மற்றும்

என் தாய் திருமதி. **சி. குப்பாயம்மாள்**

பொருளடக்கம்

வாழ்த்துரை வழங்கிய மணம்கமழ் மலர் மனங்கள்

Rajnikant

18, Raghava Veera Avenue
Poes Garden, Madras 600 086.

Date 21/9/1991

பேராசிரியர் டாக்டர் தி. நடேசன் படைத்த "எண்ணத்தில் மலர்ந்த வண்ண மலர்கள்" என்னும் கவிதைத் தொகுப்பு நூல் மக்களிடையே பரபலமடைய என்னுடைய மனமார்ந்த வாழ்த்துக்கள்.

இத்துறையால் ஆசிரியர் மேலும் சிறப்புற எல்லாம் வல்ல இறைவனை வேண்டிக் கொள்கிறேன்.

என்றும் அன்புடன்

[இந்நூலின் ஆசிரியர் டாக்டர் சி. நடேசன் அவர்கள், சூப்பர் ஸ்டார் **திரு. ரஜினிகாந்த்** அவர்களுக்கு வழங்கிய "வாழ்த்து பாமாலை", பக்கம் எண்: 155 முதல் 159 வரை இடம் பெற்றுள்ளன]

வீரபத்திரன் செ்ன்னை-26
துணையாசிரியர் – 'பொம்மை' மாத இதழ்

9-8-1991

அன்பு நண்பர் டாக்டர் சி. நடேசனின் தமிழாற்றலையும், ஆன்மீகம், மற்றும் தெய்வீக மாந்தரீகத் துறைகளில் அவருக்கிருக்கும் அசாத்திய அறிவாற்றலையும் நான் நன்கறிவேன். தொழில்களிலேயே தொண்டுத் தன்மை நிறைந்த தொழில்கள் இரண்டே இரண்டுதான் என்று கூறுவர் (ஒன்று ஆசிரியப் பணி, மற்றது மருத்துவப்பணி). இயல்பாகவே தொண்டுள்ளம் கொண்டவரான நடேசன் அவர்கள், ஒரு ஆசிரியராகத் தமது தொழிலை ஆரம்பித்துத் தொடர்ந்து கொண்டிருப்பதும் – 'தெய்வீக மருத்துவத்தின்' மூலம் பலரது நோய்களைக் குணமாக்கி வருவதும் – எப்பேர்ப்பட்ட பொருத்தம்! எனது நண்பருக்கு அப்பேர்ப்பட்ட "இறை பாக்கியம்" அமைந்ததையிட்டு நான் பெருமைப்படுகிறேன்.

> ஆழமான விஷயங்களைக் கூட மிகவும்
> எளிமையாகச் சொல்கின்ற நேர்த்தி......
>
> புதுப்புது உவமைப் பூச்சூட்டித் தமிழன்னையை
> அழகு பார்க்கும் கலாதாகம்......
>
> நெஞ்சில் பிரவகிக்கும் நூதனமான
> ஆத்மாவின் தேடல்களை
> நுட்பமாக வெளிப்படுத்தும் கவிப்பாங்கு......
>
> சங்கீதம் வெல்லும் நடை.......

இவை எல்லாம் ஒன்று சேர்ந்து, தமிழ்த்தேனமுதில் கருத்துக் கனிகளைக் கலந்து குழைத்த கவிப்பஞ்சாமிர்தமாக டாக்டர் சி. நடேசனின் கவிதைகள் என்னை ஈர்க்கின்றன

"எண்ணத்தில் மலர்ந்த வண்ணமலர்கள்" நூல் முயற்சி வெற்றி பெறவும், அவரது தமிழ்த் தொண்டும் மேன்மைகளும் இன்னும் பல சிகரங்களைத் தொடவும் எனது வாழ்த்துக்கள்!

யாழ் சுதாகர்
கவிஞர், இதழாசிரியர் – 'மங்கை' மாத இதழ்

செ ன்னை-87

7-8-1991

தங்கள் அன்பும்
இலக்கிய நட்பும் கிடைத்தது–என்
இறைபாக்கியம். –என்
உள்மனம் என்னிடம்
உரத்துச் சொல்கிறது;

தமிழ்க்கவிச் சரிதத்தின்
தங்க ஏடுகளில்
தங்கள் புகழ்மணியின் ஒலிப்பு!

ஒலித் தமிழை
'ஒளி'த் தமிழாக்கும்
உங்களின் உன்னதம்.....

ஆனாலும்...
அதை முழுமையாக உணரும் பக்குவம்
தமிழன்னைக்கு மட்டுமே உண்டு.

தமிழ்த்தாய்க்குச்
சந்தமலர் தூவி....
தத்துவப் பொட்டிட்டு......

'ஆன்மீகச் சுடர்' காட்டும்–தங்களின்
புதிய புத்தக முயற்சி
வெற்றி பெற...

விதைகளின் தொகுப்பெல்லாம்
விருட்சமாகி எழுந்து–உங்கள்
'தனித்துவ' தமிழழகை

ஓங்கி நெடிதுயர்ந்து விளம்ப......
எல்லாம் வல்ல
யாழ்நல்லூர்க் கந்தனை
வேண்டுகிறேன்.

என்னுரை

என்னுரை

மானிடர் வாழ்க்கையில், இன்பமும் துன்பமும் மாறிமாறி நிகழும். எனவே, மானிடர் வாழ்க்கையைச் "சகட வாழ்க்கை" என்று கூறலாம். புற உறுப்புகளின் அமைப்பினால் மனிதன், விலங்கு, பறவை என உயிரினங்கள் பல்வேறு படுகின்றன. இவற்றுள், எண்ணுகின்ற ஆற்றல் மனிதனுக்கு உண்டு; விலங்குக்கும் உண்டு; பறவைக்கும் உண்டு. ஆனால், எண்ணத்திற்கு வடிவம் கொடுக்கின்ற ஆற்றல் மனிதனுக்கு மட்டுமே உண்டு.

காலத்திற்குக் காலம்,–அதாவது பருவத்திற்கு ஏற்றவாறு, சூழ் நிலைக்கு ஏற்றவாறு–மனிதனுக்கு எண்ணம் மாறிமாறித் தோன்றுகிறது. நான், பள்ளியில் படிக்கும் பருவத்தில், ஆத்திசூடி, கொன்றை வேந்தன், உலகநீதி, வெற்றிவேற்கை முதலிய நீதி நூல்களை ஆர்வத்துடன் படித்தேன். அப்படிப்பிற்கு ஏற்றவாறு என் எண்ணம் இருந்தது. நற்பழக்கங்களைக் கடைப்பிடிக்க வேண்டும் என்னும் மனப்பான்மை உண்டாயிற்று. பின்னர், திருவாசகம், திருவருட்பா, தம்மபதம், மற்றும் புத்தர் போதனைகள் போன்ற புத்தரின் பொன்மொழிகள் அடங்கிய நூல்களைப் படிப்பதில் ஆர்வம் கொள்ளலானேன். பட்டினத்தார் பாடல்கள், சித்தர் பாடல்கள்– ஆகிய இவற்றின் மீது என் மனம் நாட்டம் கொண்டது.

கல்லூரியில் படிக்கும் காலத்தில், தாய்மொழிப்பற்றும் தாய் நாட்டுப்பற்றும் என் எண்ணத்தில் தோன்றி வளர்ந்தன; இவ்விரண்டில், தாய்நாட்டுப் பற்று என் உள்ளத்தில் இமயம்போல் உயர்ந்து வளர்ந்தது; பாக்கள் மலர்ந்தன. கல்லூரிப் பணியில் சேர்ந்தபிறகு–கல்லூரியிலும் பிற வெளி இடங்களிலும் – விருப்பு வெறுப்பு அனுபவங்களை அடைந்தேன். மேலும், பலதரப்பட்ட–பதவிகளிளுள்ள–மனிதர்களிடம் காணப்படும் குறைகளை அறியலானேன்; என எண்ணம் எழுச்சியுற்றது; கவிதைகளைப் புனையலாயிற்று. இருபாலார் பயிலும் கல்லூரியில் பணியாற்றும்போது, இளம் பருவத்தினர்களின் மனநிலைகளை உணர்ந்து, அவர்களுக்குக் அறிவுரைகள் புகட்டுதல் வேண்டும் என்னும் எண்ணம் மலர்ந்தது; பா மலர்களைப் புனைந்து, வகுப்பில் பாடி அறிவுறுத்தலானேன்.

இவ்வாறாக, அநுபவங்களால் அவ்வப்போது என் எண்ணத்தில் தோன்றிய-கருத்துகளைத்-தெரிவுகளைப்-பல்வகையான கவிதைகளாக ஆக்கியுள்ளமையினால், **"எண்ணத்தில் மலர்ந்த வண்ண மலர்கள்"** என்னும் தலைப்பினை இந்நூலுக்குச் சூட்டியுள்ளேன்.

(டாக்டர். சி. நடேசன்)

அத்தியாயம் – 1

இதயத்தில்
உதயமான
இறையுணர்வு
ஊற்றுகள்!

கடவுள் வழிபாட்டை மூடப்பழக்கம் எனச் சிலர் இகழ்ந்து ஒதுக்குகின்றனர்.. இதனை ஒரு மூடப் பழக்கமாகவே கொண்டாலும் சரி; இந்த மூடப்பழக்கம் நமக்கு மன அமைதியை அளிக்கிறது; மன நிறைவை ஊட்டுகிறது.

உடலுக்கு உலகத்திலே எவ்வளவோ நன்மருந்துகள் உள்ளன; ஆனால் மனத்திற்குக் கடவுள் வழிபாடுதான் நன்மருந்து ஆகும். கடவுள் வழிபாட்டினால் மற்றவர்களுக்கு நன்மை உண்டானாலும் தீமை உண்டாகுவதில்லையே!

ஒழுங்கைக் கடைப்பிடித்துக்கொண்டும், ஒருவருக்கொருவர் உதவி புரிந்துகொண்டும், மனிதர்கள் நேசத்துடன் மனிதர்களாக ஒன்றுபட்டு வாழ்வதற்கு, நம் முன்னோர்கள் தோற்றுவித்த மிகச் சிறந்த இன்றியமையாத நற் பழக்கமே இது.

"இறையை வேண்டுவோம் –பிறர்
குறையும் தீரவே."

1.1. ஆதியில் வேண்டல்

(குறள் வெண்பா)

ஆதியில்　　　வேண்டினா　　　லூதியங்　　　காணலாஞ்
சோதியை　　　வேண்டியே　　　காண்.

1.2. கலைமகள் பாடல்கள்

(அ) கலைமகள் காப்பு

(நேரிசை வெண்பா)

சகரநீ	ரன்ன	சகல	கலைக
எகிலத்தில்	கற்றறிந்த	தாயே! - சகல	
கலைகளி	லின்னே	யியற்கலை	கற்கக்
கலையறி	தந்தெனைக்	காண்.	

குறிப்பு: இரண்டு முனைகளிலும் கூர்மையான ஊசியை, வாயைத் திறந்து இரண்டு இதழ்களுக்கும் குறுக்காக நிற்கவைத்துக் கொண்டு, இந்த வெண்பாவைப் பாடலாம். இது, **"மேல்கீழ் இதழ்படாப் பா"** ஆகும்.

(ஆ) கலைமகள் துதி

(இருசீர் சமனிலைச் சிந்து)

"பதும மலர்	வீற்றிருக்கும்
பனுவல்அறி	பாரதியே!
நாடுவோர்	நா அமர்ந்து
பா வளர்க்கும்	நா மகளே!
பாடுவோர்	திசைநோக்கிப்
பண்அளிக்கும்	இசை மகளே!
பா மகளே!	புலமகளே!
கலைமகளே!	காத்தருளே!"

1.3. நீலகண்டன் காப்பு

(குறள் வெண்பா)

மேலாகக்   காநீலா   காலாத   காதலா
காலாநீ   காக்கலா   மே.

பொருள்:

- மேலாக (மேல் ஆக)   =   நான் மேன்மை அடைய
- கா நீலா   =   என்னைக் காப்பாயாக நீலகண்ட
                              பெருமானே (சிவனே)
- காலாத காதலா காலா   =   ஆயுள் காலத்திற்குத்
                              தலைவனான
                              காலதேவனே (இயமனே)
- நீ காக்கலாமே   =   நீயாவது என்னைக்
                              காப்பாற்றலாமே

"இந்த உலகத்தில் நான் மேன்மை அடைந்து வாழ்வதற்குச் சிவபெருமானே காத்தருள்வாயாக! இல்லை யேல், இயமனே நீயாவது துன்பப்படுகிற என் உயிரைக் கவர்ந்து காப்பாயாக! காப்பாற்றலாமே" என்னும் கருத்தினை இப்பாடல் உள்ளடக்கி உள்ளது. இப்பாடல் **"மாலை மாற்று"** என்னும் அமைப்பினை உடையது.

"மாலை மாற்று" என்னும் அமைப்பினை உடைய நீலகண்டன் காப்பு

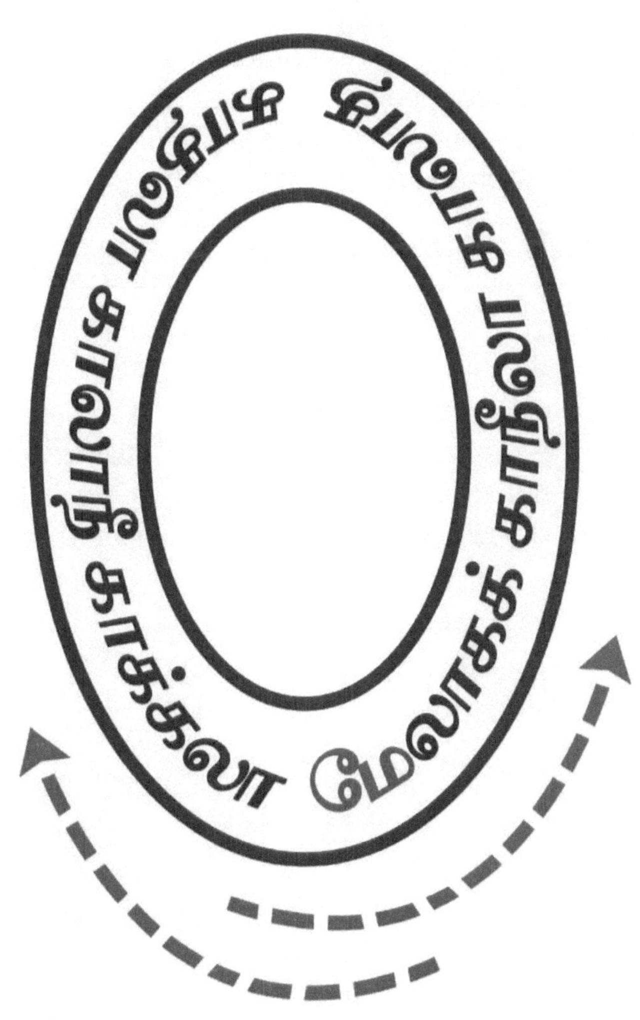

1.4. புத்தர் பாடல்கள்

(அ) புத்தனே அத்தன்

(ஒரு விகற்ப நேரிசை வெண்பா)

அத்தனே யத்தனே யென்றலையும் பத்தர்காள்!
அத்த னெவனென் றறிந்துள்ளீர்? –சத்துவம்
அத்தனையும் பாரெலாம் போதித்த புத்தனே
அத்த னெனஅறி வீர்!

(ஆ) புத்தரின் பொன்மொழி

(கலிவிருத்தம்)

பாரிருள் நீங்குமே பரிதி ஒளிகண்டால்;
கார்வினை நீங்குமே புத்தரின் பொன்மொழியால்;
பாரிருள் மீண்டுமே பாரினைச் சூழ்ந்திடும்;
கார்வினை என்றுமே சூழாதே நம்மனத்தே!

இறைவனின் அருளைப் பெறுவதற்குரிய வழி எது?

பரவசத்தால் தெருவில் ஆடிக்கொண்டு திருத்தலத்திற்குச் சென்று, மொட்டை அடித்து, நீராடி, திருநீறு பூசிக்கொண்டு, தூய ஆடை அணிந்து, மலைமேல் ஏறி, இறைவனைப் பரவசக் கண்ணீர் விட்டு வழிபடுதல்– புறச் செயல்கள் ஆகும்.

இத்தகைய புறச் செயல்களை எத்தனை முறைதான் திரும்பத் திரும்பச் செய்தாலும், அகத்திலே மனித சமுதாயத்திற்குக் கேடு விளைவிக்கும் அழுக்கிருக்குமானால், ஒரு பயனும் உண்டாகாது, உள்ளத்திலே குற்றமில்லாமல் தருமச் செயல்களைச் செய்துகொண்டு இறைவனை உள்ளத்திலே நினைத்திருந்தாலே போதும்; இறைவனின் அருள் கிட்டும்!

1.5. அருள் பெறும் ஆறு

(நிலை மண்டில ஆசிரியப்பா)

இருகை தெருவில்	கூப்பித் ஆடித்	தெருவில் திருத்தலம்	ஆடியும் அடைந்தும்,
திருத்தலம் திருமுடி	அடைந்து போக்கித்	திருமுடி திருநீர்	போக்கியும், ஆடியும்,
திருநீர் திருப்பொடி	ஆடித் இட்டுத்	திருப்பொடி திருவுடை	இட்டும், அணிந்தும்,
திருவுடை திருமலை	அணிந்து ஏறித்	திருமலை திருப்பதம்	ஏறியும், பரவியும்,
திருப்பதம் இருவிழி	பரவி கலங்கி	இருவிழி இருகை	கலங்கியும், கூப்பியும்,

இருகை   கூப்பித்   தெருவில்   ஆடியும்,
ஒருமுறை   இருமுறை   பலமுறை   புரிந்தும்,

ஒருபயன்   இலையே   புறவினை   ஒன்றால்;
அருள்பெறும்   ஆறே   அகப்பகை   அறுத்து

அருளோர்   காட்டிய   அறவினை   ஆற்றி
அருவுரு   திருவுரு   அநுதினம்   நினைவே.

1.6. பக்திக்குச் சக்தி

(முச்சீ ரிரட்டைச் சமனிலைச் சிந்து)

மொட்டை	யடிக்கும்	முன்னே	–தலையில்
மொட்டை	யடிக்கும்	முன்னே,	
	பக்திக்குச்	சக்தியைத்	தேடு; –பின்,
	பழனி	அப்பனை	நாடு. ...1
பட்டை	தீட்டும்	முன்னே	–நெற்றியில்
பட்டை	தீட்டும்	முன்னே,	
	பக்திக்குச்	சக்தியைத்	தேடு; –பின்,
	பரம்	சிவனைப்	பாடு. ...2
கொட்டை	மாட்டும்	முன்னே	–கழுத்தில்
கொட்டை	மாட்டும்	முன்னே,	
	பக்திக்குச்	சக்தியைத்	தேடு; –பின்,
	பகவன்	புகழைப்	பாடு. ...3
சட்டை	யணியும்	முன்னே	–காவிச்
சட்டை	யணியும்	முன்னே,	
	பக்திக்குச்	சக்தியைத்	தேடு; –பின்,
	பரமன்	மலையை	நாடு. ...4
கட்டை	யடங்கும்	முன்னே	–ஆவிக்
கட்டை	யடங்கும்	முன்னே,	
	பக்திக்குச்	சக்தியைத்	தேடு; –பின்,
	பரமம்	அளிக்கும்	வீடு. ...5

மொட்டையும்   பட்டையும்   தீட்டி,   –திவ்விய
கொட்டையும்   சட்டையும்   மாட்டி,   –திருப்
பாட்டையும்   ஓட்டையும்   காட்டி,   –பர
நாட்டையும்   வீட்டையும்   நாடவே,
               பக்திக்குச்   சக்தி   எதுவோ, எனப்
               பறக்கும்   மனமே   கேளாய்!   ...6

"கள்ளத்தனம்   நீங்க   வேண்டும்;   –உண்மை
உள்ளத்திலே   ஓங்க   வேண்டும்;
பள்ளத்திலே   ஊறும்   நீர்போல்,   –அன்பும்
உள்ளத்திலே   ஊற   வேண்டும்."
               பக்திக்குச்   சக்தி   இதுவே;
               பரகதிக்கு   வித்தும்   இதுவே.   ...7

1.7. வாய்மை வாழ்வு

(இருசீ ரிரட்டைச் சமனிலைச் சிந்து – இசைப்பா)

(எடுப்பு)

நிறைவே	வேண்டும்	–மன
நிறைவே	வேண்டும்;	–அதற்கு,
இறையை	வேண்டுவோம்	–பிறர்
குறையும்	தீரவே.	

(தொடுப்பு)

சோதனை	வந்தாலும்,	–நமக்கு
வேதனை	வந்தாலும்,	–நாளும்
இறையை	வேண்டுவோம்	–பிறர்
குறையும்	தீரவே.	

(முடிப்புகள்)

நிறைவுள்ள	காசுபணம்	–நமக்குக்
குறைவுள்ள	மாசுபண்ணும்;	–மனம்
குரைகடல்	ஓரத்தின்	–நிலையிலாத்
திரை அலை	போலாகும்!	...1

அளவின்றிச்	சேர்த்திடவே	–நாம்
ஆசைகொண்டு	வாழ்ந்திருந்தால்,	–நமக்கு
"அழுக்காறு	அவாவெகுளி	–பகைதரும்
இன்னாச்சொல்"	இயல்பாகும்.	...2

வாழ்வுக்கு	ஏற்றபணம்	–தினம்
தாழ்வின்றிப்	பெற்றாலே,	–மனம்
தளர்வின்றி	வாழவேண்டும்;	–பிறர்க்கும்
வழிகாட்டி	மகிழவேண்டும்.	...3

நிறைவுள்ள   பக்தியாலே   –மனதில்
குறையிலாச்   சக்திபெறுவோம்;   –நாம்
கறையிலா   மனிதராகி,   –என்றும்
குறையிலா   வாழ்வுகாண்போம்.   ...4

வாய்மை   வாழ்விதுவே   –இதுவே
வாழ்வு   வழியுமாகும்;   –தெய்வ
வந்தனை   புரிந்துவாழ்வோம்   –இதனால்,
சிந்தனை   சிறந்து ஒளிரும்!   ...5

1.8. இல்லாமை வேண்டுகிறேன்

(பதினொரு சீர்க் கழிநெடிலடி ஆசிரிய விருத்தம்)

நல்லார்க்குக் காலமிலை நன்மைபல செய்தாலும்;
அன்மைபல நாமநீர் பொங்கிடவோ?
செய்வார்க்கே காலமிதே;
அறிந்தேன்நான் அறிந்தேனே.

அல்லவையே நீக்கியே, ஆயுளெலாம் நல்லவையே
அண்ணலே! ஆற்றிடவே, என்னகத்தே
நல்லாசை கொண்டுள்ளேன்;
அறியாய்நீ அறியாயே.

இல்லாமை வேண்டுகிறேன், பொல்லாங்கே எனுங்குணம்
இல்லையெனில் எந்நாளும் என்மனத்தில்;
இல்லாமை வேண்டுகிறேன்
இவ்வுலகில் என்னுடலே.

எல்லாரும் இன்புற்றே என்றென்றும் இருந்திடவே,
என்னுள்ளம் எங்கும்நிறை எண்குணத்தாய்!
அறிந்தின்றே அருளாயே!
எழுவாய்நீ எழுவாயே!

1.9. நவக்கிரக பாக்கள்

(அ) நவக்கிரக போற்றி திருவகவல்

(நிலைமண்டில ஆசிரியப்பா)

1. சூரியன்

அனலி	கனலி	பருதி	போற்றி
இரவி	இருட்பகை	இனனே	போற்றி!
கிரகபதி	உடுபதி	உதயன்	போற்றி
கிரணன்	ககேசன்	சவிதா	போற்றி!
சூதன்	சூரன்	பீதன்	போற்றி
செங்கதிர்	எரிகதிர்	எல்லோன்	போற்றி!
தினகரன்	திவாகரன்	பதங்கன்	போற்றி
தபனன்	தாமன்	பானு	போற்றி!
ஆதியில்	தோன்றிய	ஆதித்தா	போற்றி
ஆதபம்	அளிக்கும்	ஆதபா	போற்றி!
அகிலம்	ஆக்கிய	அதிபனே	போற்றி
ஞாலம்	காக்கும்	ஞாயிறே	போற்றி!
இருளைப்	போக்கும்	இருள்வலி	போற்றி
அருளை	அளிக்கும்	அருக்கா	போற்றி!
விண்தவழ்	கோள்களின்	கோவே	போற்றி
விண்திகழ்	விளக்கே!	வெய்யோன்	போற்றி!

கீழ்த்திசைக்   கிளம்பும்   கதிரே   போற்றி
செம்பொன்   பிழம்புச்   சுடரே   போற்றி!

பிறப்பும்   இறப்பும்   மாறித்   தொடர்தலை
மறைந்தும்   தோன்றியும்   காட்டும்   கொடிநிலை!

வருகை   கண்டே   காலம்   காண்பர்
வாய்மை   தவறா   வள்ளலே   போற்றி!

பித்தப்   பிணியும்   நெஞ்சு   நோயும்
பற்றா   திருக்கப்   பார்த்தே   அருளாய்!

கண்மணி   ஒளியைக்   காத்தே   அருளாய்
விண்மணி   ஒளிரே!   போற்றி   போற்றி!

தெய்வீக   ஒளியை   இதயமுள்   அளிப்பாய்
விண்திகழ்   சூரியா!   போற்றி   போற்றி!

2. சந்திரன்

நெடுநீர் கடலில் நிலமகள் நடுங்க
அலைநீர் கடலில் மலைமகள் மருள,

நீல மேனியன் நெடியோன் திருமுன்
நீல கண்டன் நடேசன் அருளால்,

காம தேனுவும் கற்பக விருட்சமும்
ஜரா வதமும் அமிழ்தும் கிளம்ப,

அலைமகள் தோன்றி மானுடன் சேரக்
கலைகளாய்த் தோன்றிய நிலவே! போற்றி!

திருப்பால் கடலில் திருவுடன் தோன்றி
நீலோன் சடையில் நீருடன் அமர்ந்தாய்!

அண்டம் அனைத்தும் ஆக்கிய அவனோ
துண்டப் பிறையான் திகழ்பேர் பூண்டான்!

இன்பமும் துன்பமும் மாறித் தொடர்தலை
வளர்ந்தும் தேய்ந்தும் காட்டும் பிறையே!

சகட வாழ்வே சகதியர் வாழ்வெனச்
சாற்றும் மதியே! போற்றி போற்றி!

நதிபதி தந்த உடுபதி போற்றி
பதின்அறு கலையுடை அம்புலி போற்றி!

ஆம்பலை மலர்க்கும் அல்லோன் போற்றி
கண்களை ஈர்க்கும் வெண்கதிர் போற்றி!

மன்மத எம்மதம்	வெண்குடைத் போற்றும்	தண்கதிர் ஈர்ங்கதிர்	போற்றி போற்றி!
உண்டது உண்டி	செரித்து வயிறு	உப்புதல் உரம்பெற	இன்றி அருளாய்!
சீதளக் செருமுதல்	கடுப்புச் அறவே	சிறிதும் அழித்தே	இன்றிச் அருளாய்!
நினைவைப் மனநோய்	போக்கி சுகநோய்	நற்குணம் வராமல்	கெடுக்கும் அருளாய்!
தொல்லை இல்லை	தந்திடும் ஆக	தோல்படர் அருளாய்	நோயும் போற்றி!
பக்க சக்தி	வாதம் பெறவே	பாதிப்பு சந்திரா!	இன்றிச் போற்றி!
ஆன்மீக விண்திகழ்	ஒளியை திங்களே!	இதயமுள் போற்றி	அளிப்பாய் போற்றி!

3. அங்காரகன்

பசுபதி
புவிமிசை

நெற்றிச்
வீழ்ந்து

சுடர்விழி
சிசுவாய்த்

வியர்வை
தோன்ற,

புவிமகள்
புவிமகன்

எடுத்தனள்;
வளர்த்த

புதல்வனாய்
புகழ்மிகு

ஏற்றனள்;
பௌமனே!

அழல்மிக
அழலவன்

உடைய
குசன்எனப்

அழகிய
பேர்பெறும்

ஆரலே!
குருதியே!

வக்கிர
அங்கா

குணமுள
ரகனே!

வக்கிரா!
போற்றி

போற்றி
போற்றி!

உடல்வலு
உண்டிப்

போக்கும்
பைப்பித்த

நரம்புத்
மண்டை

தளர்ச்சியும்
நோவும்,

சிறுநீர்ப்
சிறுசிறு

பையின்
காயம்

பெருங்குறை
உடல்பெறும்

நிலையும்
நிலையும்,

இம்மை
பூமகன்

வாழ்வில்
மங்களன்

வராமல்
போற்றி

அருளாய்!
போற்றி!

சொக்கன்
இரத்த

சிசுவே!
வண்ணா!

நிலமகள்
போற்றி

வளர்வே
போற்றி!

சிந்தனை
செவ்வாய்

அறிவும்
அருளாய்!

சற்குண
போற்றி

இயல்பும்
போற்றி!

4. புதன்

கலைமதிப் இலைப்பசும்	புதல்வா பிரியா	போற்றி போற்றி	போற்றி போற்றி!
கருநிற கலையறி	வண்ணா மன்னா	போற்றி போற்றி	போற்றி போற்றி!
ஓய்விலா வாயு	உழைப்பு காரண	உற்ற வாத	தாலே நோயும்,
மூளை தேக	உழைப்பு நரம்புத்	மிக்க தளர்ச்சி	தாலே வளர்ச்சியும்,
ஞாபக ஞான	மறதியும் காரகா!	நாப்புண் நசிய	ஆதலும் அருளாய்!
புவிபுகழ் விண்நிகழ்	கலையியல் புதனே!	அறிவியல் போற்றி	அளிப்பாய் போற்றி!

5. குரு

சிரத்தா பிரகாப்	தேவியின் பதியே!	தவப்பயன் போற்றி	புதல்வா! போற்றி!
அங்கிரா அங்கீ	முனியின் ரசனே!	அருமை ஆசான்	மைந்தா! போற்றி!
வானவர் ஞானச்	குருவே! சுடரே!	போற்றி சித்தா!	போற்றி போற்றி!
கனக கனல்மிகக்	நிறத்தோய் கொண்டோய்	போற்றி போற்றி	போற்றி போற்றி!
பேருரு பேருயர்	உடையோய் உள்ளோய்	போற்றி போற்றி	போற்றி போற்றி!
நெஞ்சை அஞ்சச்	உழற்றும் செய்யும்	மஞ்சள் சரும	உரோகம் குரூரம்,
வதைத்தே பதைக்க	வாட்டும் நலிக்கும்	மூட்டு நரம்பு	வாதம் உபாதம்,
நோய்தல் காய்தல்	இல்லா இன்றிக்	வாழ்தல் காத்தல்	தாராய்! அருளாய்!
அறவினை அருங்கலை	புரியும் அறியும்	அறிவைத் ஆற்றலை	தாராய்! அருளாய்!
தே ஒளி தே சொளி	வாழ்வு வியாழா!	தவ வலி போற்றி	தாராய்! போற்றி!

---

6. சுக்கிரன்

ஆதி வேதியா போற்றி போற்றி
அசுர குருவே போற்றி போற்றி!

வெண்ணிற ஒளிரே போற்றி போற்றி
எண்ணிலாக் கதிரே போற்றி போற்றி!

இதயக் கூட்டின் கடேர இடரும்
கவச ஓட்டின் கொடேர கடுப்பும்,

காது மூக்கின் கடுமை வலியும்
காமப் போக்கின் சோக நலிவும்,

நிலநீர் நெருப்புக் கருவிக் கண்டமும்,
எழுநா உருவே! எழாமல் காப்பாய்!

அகில சாத்திரம் அறிந்தே இசைபெற
ஆடக சுக்கிரா அளித்தே அருளாய்!

நல்லமை கீர்த்தி அருளாய் போற்றி
வெள்ளி மூர்த்தி போற்றி போற்றி!

7. சனி

அருக்க அந்தன்	தேவனின் அழகனே	அரும்பெரும் போற்றி	புதல்வா போற்றி!
சாயா சத்தமன்	தேவியின் சவுந்தரா	சீர்மிகு போற்றி	புத்திரா போற்றி!
தீரா ஆறா	வருத்தும் நசிக்கும்	குடல ஈறு	நோயும் நோயும்,
உள்ளம் உடலம்	உருக்கும் மருட்டும்	உயிர்ப்புனல் படர்தோல்	பிணியும் பிணியும்,
இரைப்பை செவிஇரை	நிறைகூழ் கேள்வி	செரியா இல்லா	நோயும் நிலையும்,
நெருங்கா ஒருப்படும்	நலஉடல் இறைவா	அளிப்பாய் போற்றி	அருளாய் போற்றி!
தெய்வ தொய்விலா	சிந்தனை வாழ்வு	இதயம் தந்தே	அளித்துத் அருளாய்!
நட்பை நீலப்	மறவா பிரியா!	நற்குணம் போற்றி	நல்காய்! போற்றி!
நன்னெறி கருநிற	செல்லும் வண்ணா!	சற்குணம் போற்றி	அளிப்பாய் போற்றி!
தணிவாய் சனிபக	வணங்குவார் வானே!	பிணியற போற்றி	அருள்வாய் போற்றி!

8. இராகு

விப்பிர சிம்மிகை	சித்தி தேவி	புத்திரா சிசுவே	போற்றி போற்றி!
நாளும் இராகு	பெயருடை பெயராய்	காலம் போற்றி	பெற்றாய் போற்றி!
திருமால் இராகுவே,	அருளால் மறுபால்	இருபால் கேது	ஆகி ஆனாய்!
இருசுடர் கரந்துறை	மருள கோளே!	பேரிடர் போற்றி	புரியும் போற்றி!
குடலில் குடலம்	இருந்தே உண்ணி	உடலை உறாமல்	உருக்கும் காப்பாய்!
நடந்தால் நினைத்தால்	மயக்கும் மருட்டும்	பித்த முளைக்	நஞ்சும் கட்டியும்,
இல்லா இராகு	நல்ல நாகா!	உடலை அருளாய்	நல்காய் போற்றி!
மஞ்சள் மஞ்சள்	நிறப்பிணி நிறமணி	வராமல் இராகுவே	காப்பாய் போற்றி!
இம்மை இதய	மாந்தரை காந்த	நட்பு சக்தி	ஆக்கும் அளிப்பாய்!
பொய்மை மெய்மைத்	போக்கி தெய்வ	வாய்மை பக்தி	வளர்க்கும் அளிப்பாய்!
சனிபக இனிதே	வான்போல் வாழ்தல்	குணமுடை அருளாய்	நாகா! போற்றி!

9. கேது

இராகு	உடலின்	கூறுவே	போற்றி
கேது	பெயராய்	போற்றி	போற்றி!
சூழ்படை	அங்கணன்	போன்றாய்	போற்றி
வாள்படை	உடையாய்	போற்றி	போற்றி!
ஏதம்	போக்கும்	ராகுவின்	தம்பி
கேதுவே!	அருளாய்	போற்றி	போற்றி!
இராகுவின்	தன்மையே	கேதுவின்	தன்மை;
இராகுவின்	பார்வையே	கேதுவின்	பார்வை;
உறுகண்	இன்றி	உன்னதம்	அடைய,
தறுகண்	கேதுவே!	அருளாய்	போற்றி!

(ஆ) நவக்கிரக அருள்வேட்டல்

1. சூரியன்

(கலித்துறை)

மாமுனி	காசியபர்	மரபிலே
	உதித்ததிரு	மன்னனே!
மாவிதழ்	மலரதுவாம்	விரிந்தசெவ்
	வரத்தைத்திரு	மேனியனே!
செக்கச்	செவேல்	என்னும்
	சிவந்ததிரு	சோதியனே!
தக்கப்	பேரொளி	என்னும்
	பரந்ததிரு	கதிரோனே!

(வஞ்சி விருத்தம்)

இருள்பகை	அறுக்கும்	பகவானே!
அருள்ஒளி	அளிக்கும்	பகலவனே!
இருகை	கூப்பி	வணங்குகிறேன்
அருளாயே	சூரிய	பெருமானே!

2. சந்திரன்

(வஞ்சித் துறை)

பெருமால்   பள்ளிகொண்ட
பால்கடலில்   பிறந்தோனே;
பனித்துளி   தயிர், சங்கின்
ஒளிபடைத்த   நிறத்தோனே!

பேறளிக்கும்   நீறுடையான்
ஆறுவைத்த   திருமுடியில்,
ஒருகலைவைத்து ஒளியாக்கி
மறைவின்றிச்   சிறந்தோனே!

இருள்சூழ்ந்த   உலகினுக்கு
அருள்விளக்கா   அமைந்தோனே!
வெண்ணிறத்தண் சந்திரனே,
வணங்குகிறேன்   அருளாயே!

3. அங்காரகன்

(நேரிசை ஆசிரியப்பா)

மண்ணரசி   வளர்த்த   மாண்புறு   மைந்த!
விண்ணிலே   தோன்றும்   மின்னல்   போலவே
கண்களைப்   பறிக்கும்   பேரொளி   உடையாய்!
வன்கையில்   சக்தி   ஆயுதம்   ஏந்தியோய்!
அங்காரகா!   குமர   ஆனந்த   வடிவா!
மங்களன்   என்னும்   பெயரனே!
தங்களை   வணங்குவன்; தயைபுரிந்து அருளாயே!

4. புதன்

(நேரிசை ஆசிரியப்பா)

கலைச்சந்திரன் ஈன்ற பெருமைமிகு புதல்வனே!
தினைமொட்டு உருவனே! கருமைமிகு ஒளியனே!
ஒப்புயர்வு இல்லா அன்புத்திரு வடிவனே!
நல்லறிவு முதலாப் பண்புத்தரு காரணனே!
புவிமக்கள் போற்றும் புதனே!
பணிந்தும்மை வணங்கிப் போற்றுவன் அருளாயே!

5. குரு

(நிலைமண்டில ஆசிரியப்பா)

வானவர் வரம்மிகு முனிவர்க்கும் குருவே!
பொன்னொளி உடைய நனிஞான உருவே!
மறைநூல் கலைஞா! மூன்றுலக நாதா!
குறையிலாத் திருதரும் இறைவனே! வியாழா!
இருமலர்ப் பாதம் வணங்குவன் அருளாயே!

6. சுக்கிரன்

(அறுசீர்க் கழிநெடிலடி ஆசிரிய விருத்தம்)

பிருகு மாமுனி மரபிலே பிறந்த
மலரே பனிமலரே!

தரளம் குந்தம் தாமரைத் தண்டின்
ஒளிரே வெண்ஒளிரே!

சாத்திரம் எல்லாம் சொல்திறன் உடைய
சுடரே ஒளிர்சுடரே!

சத்திய கீர்த்தி சுக்கிர மூர்த்தி
பெயராய் பெரும்பெயராய்!

ஆத்திரம் எல்லாம் பட்டெனக் காட்டும்
அரக்கர் அரும் அரக்கரை

மாந்திரம் எல்லாம் சட்டெனக் காட்டி
மயக்கிடும் அருள்ஆசான்;

சக்தியால் எமக்குச் சீலம் காட்டும்
சுக்கிர பகவானே!

பக்தியால் உம்மை வணங்குவன்; இன்னே
அருளாய் அருளாயே!

7. சனி

(நிலைமண்டில ஆசிரியப்பா)

சூரிய தேவனும் சாயா தேவியும்
சீர்பெற ஈன்ற சிறந்த புத்திரனே!
சூரிய குருபோல் பேருரு உடையோனே!
கருநிற மைபோல் உருவுடை ஒளியோனே!
எங்கும் தங்கும் இயமன் பெரியோனே!
ஓங்கிய புகழும் இகழும் தருவோனே!
அணியாய்த் திகழும் சனீஸ்வர பகவானே!
பணிவாய் உம்மை வணங்குவன் அருளாயே!
காக வாகனா! காத்தருள் புரியாயே!
நீலப் பிரியனே! நீயருள் புரியாயே!

8. இராகு

(குறளடி வஞ்சிப்பா)
(நாலசைச் சீர் அடிதோறும் முதற்கண் வந்தது)

தேவசிம்கிகை
தேவதேவா!

கருவில் உதித்த
இராகு தேவா!

புவிதேவிக்கு
சூர்யபகவான்

அப்பனான
பித்ருகாரகன்

புவிதேவிக்கு
சந்த்ரபகவான்

அம்மையான
மாத்ருகாரகன்

இருவரையுமே
இருளை ஆக்கும்

மருளவிழுங்கி
மாபெரும்வீரா!

உம்மை,
இருகைகூப்பி
ஒருதலை நாகா!

வணங்குகிறேன்
அருள்புரியாயே!

9. கேது

(நிலைமண்டில ஆசிரியப்பா)

புரசு   நிகரா   செவ்வொளி   படைத்தோய்
சிரசு   பகுதியா   கோள்மீன்   கொண்டோய்!

பாவிக   ளிடத்தே   தாவியே   தாக்கும்
கோபியா   இருக்கும்   கொடிய   வடிவோன்;

உருத்ர   மூர்த்தியா   திருவுரு   பூண்ட
கடுஞ்சினக்   கேதுவே   காத்தருள்   வாயே!

வீழ்நாள்   இன்றி   நலம்பெற   நினைந்தே,
வாழ்நாள்   முழுதும்   வணங்குவன்   நன்றே.

(இ) நவக்கிரகப் பாடல் பயன்கள்

(கலிவிருத்தம்)

நவக்ர கங்களின் அருள் தரும் பாக்களை
நாளும் பாடுவோர் நலம்பல பெறுவரே!
இத்தரை மீதும் சக்தியைப் பெறுவர்;
அத்தரை மீதோ முக்தியைப் பெறுவரே!

இல்லத்தில் இருந்தே இரண்ய நேரத்தில்
நல்நெய் தீபம் நலமாய் ஏற்றியே,
நாளும் வணங்கி வேட்டலைப் பாடின்,
நோயது நீங்கி நலமே ஓங்குமே!

சனிநாள் அன்று சன்னிதி சென்று
நல்நெய் தீப நல்ஒளி பரப்பி,
ஒன்பது தடவை ஒழுங்காச் சுற்றுமின்;
துன்பம் தீர்ந்திடும் துதித்துப் பாடுமின்!

சனிபக வானோ சாந்தியும் அடைவான்;
விண்மீன் துன்பம் கண்முன் மறையும்;
கோள்தரும் துன்பம் வீழ்ந்திடும் திண்ணம்;
நவக்கோள் கடவுளர் நலமாய்க் காப்பரே!

ஆணோ பெண்ணோ அநுதினம் படிப்போர்
சொப்பனம் நீங்கி நித்திரை பெறுவரே;
மனநலம் உடல்நலம் வலிமை வளர்ந்திடும்;
வறுமை ஓடிடும்; வளமுடன் வாழ்வரே!

1.10. வழிபாட்டு பாக்கள்

(அ) காளிதேவி போற்றித் திருச்சிந்து

(முச்சீ ரிரட்டைச் சமனிலைச் சிந்து)

(எடுப்பு)

வெற்றிப்	பேர்மகளே	வருக! – தொன்மை
வீரப்	போர்மகளே	அருள்க!
முல்லைக்	கான்மகளே	வருக!–வன்மை
வெல்லும்	வாள்மகளே	அருள்க!

(முடிப்புகள்)

அந்தரி	மாரி	தாயே–எமக்கு	
அறிவகம்	அருளாய்	போற்றி!	
அமரி	விபாவரி	தாயே–எமக்கு	
அறவகம்	அருளாய்	போற்றி!	...1
சங்கரி	மாதரி	தாயே–எமக்குச்	
சதுரகம்	அருளாய்	போற்றி!	
சண்டி	சாமுண்டி	தாயே–எமக்குச்	
சத்தகம்	அருளாய்	போற்றி!	...2
அங்கணி	ஆரணி	தாயே–எமக்கு	
ஆய்வகம்	அருளாய்	போற்றி!	
கங்காணி	நாராயணி	தாயே–எமக்குக்	
கதிரகம்	அருளாய்	போற்றி!	...3
மாகாளி	வேதாளி	தாயே–எமக்கு	
மலரகம்	அருளாய்	போற்றி!	
மாதங்கி	மகமாயி	தாயே–எமக்கு	
மாண்பகம்	அருளாய்	போற்றி!	...4

அம்பை   பிரபை   தாயே–எமக்கு
    அன்பகம்   அருளாய்   போற்றி!
அம்பிகை   துர்க்கை   தாயே–எமக்கு
    ஆக்ககம்   அருளாய்   போற்றி!   ...5

வாமி   சோமி   தாயே–எமக்கு
    ஞானகம்   அருளாய்   போற்றி!
விந்தை   பகவதி   தாயே–எமக்கு
    வளனகம்   அருளாய்   போற்றி!   ...6

ஜயை   ஆரியை   தாயே–எமக்கு
    இன்னகம்   அருளாய்   போற்றி!
மாயோள்   பழையோள்   தாயே–எமக்கு
    மெய்யகம்   அருளாய்   போற்றி!   ...7

(ஆ) துர்க்காதேவி அருட்பெருமை

(எடுப்பு)

தமருக	ஒலியே	செவியகம்	புகுந்தால்
தீபக	ஒளியை	இதயகம்	அளிக்கும்
திரிசிகை	தாயே	போற்றி!	போற்றி!!
துர்க்கா	தேவியே	போற்றி!	போற்றி!!

(முடிப்புகள்)

(முச்சீ ரிரட்டைச் சமனிலைச் சிந்து)

நெற்றிக்	கண்உடை	நீறோன்-திரி	
சூலம்	கைஉடை	சூலோன்;	
நஞ்சு	கண்டுண்ட	நீலோன்-கோப	
நெருப்பின்	பிறப்பே	நீலி!	...1
சகல	மாத்திறல்	உரியாய்-தாயே	
சத்த	மாதரில்	உயர்ந்தாய்!	
சகல	ஆயுதம்	கொண்டாய்-தாயே	
சிங்க	ஆசனம்	அமர்ந்தாய்!	...2
இரத்த	பீசன்பேர்	அசுரனை-காயக்	
குருதி	குடித்தே	கொன்றாய்!	
அரக்கர்	மோசபேர்	வினைகளை-மாய	
மரக்கால்	ஆடியே	வென்றாய்!	...3
கடுஞ்சினக்	கனலைக்	கக்கி-தாயே	
தாருகன்	நீறாக	அழித்தாய்!	
கொடுஞ்சினக்	கனலின்	கதிரால்-தாயே	
வைரவர்	உருவாக	வளர்த்தாய்!	...4

பரணி நாள்கூடி மகிழ்ந்தே-தமிழர்
புனித நீர்ஆடி மதிப்பர்;
வரகு கூழ்ஆக்கிப் படைத்தே,-உம்முன்
துணங்கை நடம்ஆடித் துதிப்பர். ...5

'வெற்றி வெல்போர்க் கொற்றி'-உடுக்கை
எட்டுத் திக்கினும் முழங்கும்;
சாறயர் களத்துத் தோன்றி-உமதருள்
வீறு பெற்றே விளங்கும்! ...6

பூந்தொடி மகளிர் கூடி-உமது
பாதம் போற்றிப் புகழ்வர்;
போர்க்கழல் மறவர் கூடி-உமது
தாகம் தணித்தே திகழ்வர். ...7

வீர சூள் உரைத்தே மறவர்-செறுவர்
கூறு படஒழித்தே வருவர்;-தம்
சீறு சிரம்அறுத்தே வைப்பர்-உமக்கு
நேர்த்திக் கடனளித்தே நிலைப்பர். ...8

கொற்ற வெண்குடை மன்னன்-உம்மைப்
போற்றிப் பராவியே செல்வான்;
கூற்றம் அஞ்சும்அமர் புரிவான்-புகழ்
வெற்றி முரசடித்தே வருவான். ...9

கருநிற நஞ்சுஉரு நீலி-புவியோர்
கண்டால் அஞ்சுஉரு சூரி;
கருதுவோர் நெஞ்சுஉறை கௌரி-துதிப்போர்க்குக்
கருணை அருள்புரி காளி! ...10

(இ) அம்பிகை வழிபாடு

(நிலைமண்டில ஆசிரியப்பா)

திங்கள் துர்க்கா	கிழமை பூசை	இரண்ய துன்பம்	நேரம், நீக்கும்;
செவ்வாய்க் கொற்றவை	கிழமை பூசை	இரண்ய வெற்றியை	நேரம், வழங்கும்;
புதன் நல் பகவதி	கிழமை பூசை	இரண்ய மிகுவரம்	நேரம், அளிக்கும்;
வெள்ளிக் கௌரி	கிழமை பூசை	இரண்ய கனகம்	நேரம், ஆக்கும்;
பரணி ஆரணி	மீன்நாள் பூசை	நடுநிசி திருஒளி	நேரம், நல்கும்.

(ஈ) இராகு வழிபாடு

(நிலைமண்டில ஆசிரியப்பா)

ஞாயிறு சூழிருள்	கிழமை போக்கும்;	இராகு சுபகரம்	பூசை, ஆக்கும்.
வியாழன் வியாதி	கிழமை போக்கும்;	இராகு வளமே	பூசை, ஆக்கும்.
சனிநல் தோசம்	கிழமை போக்கும்;	இராகு தேசுவே	பூசை, ஆக்கும்.
மூன்று மூப்பு	கிழமையும் அடைந்தும்	வணங்குகை உபாதி	புரிவோர், அடையார்.
உடல்நிலை உயர்நிலை	உளைதல் இனிதே	நலிதல் அடைவர்	இன்றி, அறிவீர்.
புதன் நல் அதமம்	வெள்ளி இல்லை;	திங்கள் மத்திமம்	செவ்வாய், அறிவீர்.

1.11. அது......எது?

(குறுஞ்சிந்து)

விண்	வழி	விரைந்து
மண்	ஒளி	பரப்பி,–நம்
கண்	விழி	விரிக்கும்;–அது
தண்	நிலா	......புகழ்
வெண்ணிலா.		...1

வரை	மேல்	வளர்ந்து
தரை	கீழ்	விழுந்து,–நம்
உரை	புகழ்	தரிக்கும்;–அது
இரை	யாறு	......திகழ்
குரையருவி.		...2

தென்	திசை	தோன்றி
மண்	தரு	அசைத்து,–நம்
மென்	உரு	களிக்கும்;–அது
தென்	அலை	......மகிழ்
தென்றல்.		...3

தங்கு	குணம்	இன்றி
எங்கு	மணம்	பரப்பி,–நம்
பொங்கு	மனம்	இழுக்கும்;–அது
தேம்	கா	......கமழ்
பூங்கா.		...4

புவி	புறம்	தெரிந்து
செவி	அகம்	சென்று,-நம்
தவி	உளம்	தணிக்கும்;–அது
கவி	கதை	......நெகிழ்
கவிதை.		...5

கண்   புலன்   தெரியா
மன   மலர்   அடைந்து,–நம்
உளம்   இருந்து   ஒளிரும்;–அது
அக   ஒளி   ......அருள்
அம்பிகை.   ...6

அத்தியாயம் – 2

பேருணர்வு மனம்
கொண்ட
இருமலர்க்
கொத்துகள்

நாம் பேசும் மொழியைத் தாய்மொழி என்றழைக்கின்றோம்; வாழும் நாட்டைத் தாய்நாடு என்றழைக்கின்றோம்; தாயைப் பேணுதல் போலவே மொழியையும் நாட்டையும் பேணுதல் வேண்டும்......தமிழ், தெலுங்கு, மலையாளம், கன்னடம், இந்தி போன்ற பல மொழிகள் பேசும் மக்கள் வாழ்கின்ற நாடே பாரத நாடு. நம்மிடையே மொழிப் பிரச்சனை தேசப் பற்றுக்கு இடையூறாக இருத்தல் கூடாது.

மொழிப் பற்றைவிட தேசப்பற்றே உயர்வானது. மொழியும் நாடும் நமக்கு இரண்டு கண்கள் போல்வன. ஆனால், இரண்டனையும் தனித்தனியே நோக்கும்போது, தேசத்தை நமது இதயமாகவே நினைத்தல் வேண்டும். இருதயமில்லாமல் கண்கள் எப்படி இயங்கும்? எனவே, பொதுவாக நோக்குங்கால் மொழியும் நாடும் நம்முடைய இரண்டு கண்கள்; சிறப்பாக நோக்குங்கால் நாடு நமது இதயம்....... நாட்டுப் பற்றில்லாதவன் நாட்டிலே நடமாடுகின்ற பிணம் போன்றவன். தேசியத் தலைவர்கள் மீதும் தேசக்கொடியின்மீதும் பற்றுக் கொண்டிருத்தல் வேண்டும்.

2.1. இன்னமிழ்து என் தமிழிது

(இருசீ ரிரட்டைச் சமனிலைச் சிந்து)

"வாழ்க தமிழ் வாழ்க தமிழ்"–என்றே
வாய் வாழ்த்திப் பயனென்ன?
"வளர்க தமிழ் வளர்க தமிழ்"–என்றே
வாய் வளர்த்திப் பலனென்ன? ...1

"இன்னமிழ்து என்தமிழிது"–என்றே
இன்னல்மொழி இசைத்தென்ன?
"பண்பாட்டுப் பைந்தமிழன்"–என்று
பாமொழிகள் பகர்ந்தென்ன? ...2

இவற்றால்,
திகழ்ந்திடுமோ தண்தமிழே?–மனமதகைத்
திறந்திடுடா தண்தமிழா!
வளர்ந்திடுமோ வண்தமிழே?– மனப்பயிரை
வளர்த்திடுடா வண்தமிழா! ...3

"வையகம் வாழ் வண்மனிதன்–தமிழன்
நானிலம் வாழ் நன் மனிதன்;
பாரில் வாழ் பண் மனிதன்–தமிழன்
தரணில் வாழ் தண் மனிதன்" ...4

எனவெலாம்,
போற்றும்படி வாழ்ந்திடுவாய்–பிறர்
நோக்கும்படித் தோன்றிடுவாய்!
ஏற்கும்படிப் பாடிடுவாய்–பல கலை
நிற்கும்படி ஆக்கிடுவாய்! ...5

2.2. தமிழைப் பழித்த பதர்

(எடுப்பு)

(முன்னடி மடக்கிவந்த நால்மூச்சீ ரிரட்டை வியனிலைச் சிந்து)

தமிழைப்	பழித்த	பதரே	–எங்கள்
தமிழைப்	பழித்த	பதரே!	–நான்
தமிழின்	பாங்கைப்	பகர்வன்	வாடா.

(முடிப்புகள்)

(பின்னடி மடக்கி வந்த நாலொருசீ ரிரட்டை வியனிலைச் சிந்து)

பழமைக்	காலமே	பன்னூல்	பெற்றப்			
பழந்	தமிழடா	–எங்கள்				
பழந்	தமிழடா.		...	...	...	1

சங்கம்	வைத்துச்	சான்றோர்	வளர்த்தச்			
சங்கத்	தமிழடா	–எங்கள்				
சங்கத்	தமிழடா.		...	...	...	2

முக்கனி	வென்று	முப்பால்	அடைந்த			
முத்	தமிழடா	–எங்கள்				
முத்	தமிழடா.		...	...	...	3

செந்நாப்	புலவோர்	செம்மொழி	புகட்டிய			
செந்	தமிழடா	–எங்கள்				
செந்	தமிழடா.		...	...	...	4

வண்கை   கொண்ட   மன்னரை   மயக்கிய
வண்   தமிழடா   –எங்கள்
வண்   தமிழடா.   5

அருமை   அறிந்து   அன்னியர்   போற்றிய
அருந்   தமிழடா   –எங்கள்
அருந்   தமிழடா.   6

தொன்மை   ஆயினும்   தன்மை   உடைய
கன்னித்   தமிழடா   –எங்கள்
கன்னித்   தமிழடா.   7

கற்றவர்   மனத்தைக்   களங்கறச்   செய்யும்
நற்   றமிழடா   –எங்கள்
நற்   றமிழடா.   8

வன்உளம்   உளோரை   மென்உளம்   ஆக்கும்
தண்   தமிழடா   –எங்கள்
தண்   தமிழடா.   9

தென்றலும்   மயங்க   இன்னிசை   பொழியும்
தென்   தமிழடா   –எங்கள்
தென்   தமிழடா.   10

தீந்தொடை   அளித்தத்   தேனிசை   வெல்லும்
தீந்   தமிழடா   –எங்கள்
தீந்   தமிழடா.   11

உயிர்க்கு   உயிராய்ப்   போற்றி   வளர்ப்போம்
உயிர்த்   தமிழடா   –எங்கள்
உயிர்த்   தமிழடா.   12

குறிப்புரை: இசைப்பா   –   கீர்த்தனை; பண்ணத்தி
          எடுப்பு   –   பல்லவி
          தொடுப்பு   –   அநுபல்லவி; பல்லவி எடுப்பு
          முடிப்புகள்   –   சரணங்கள்; கண்ணிகள்

2.3. வாரணா நீயருள்வாய்

(ஒரு விகற்ப இன்னிசை வெண்பா)

பாரதப்   போர்பாட   பூசித்த   வியாசருக்கு
ஏரம்பா   ஈர்கொம்பி   லோர்கொம்   பொடித்தோனே!
பாரத   மாக்கொடி   யான்பாட   வேண்டுகிறேன்;
வாரணா   நீயருள்   வாய்.

2.4. பாரதக் கொடிக் கும்மி

(முச்சீ ரிரட்டைச் சமனிலைச் சிந்து-இசைப்பா)

(பல்லவி)

பாருங்கடி	பெண்டிர்	பாருங்கடி–நம்
பாரதக்	கொடியைப்	பாருங்கடி.

(அநுபல்லவி)

கூடுங்கடி	ஒன்றாய்க்	கூடுங்கடி–பதம்
பாடுவோம்	ஒன்றாய்க்	கூடுங்கடி.

(சரணங்கள்)

ஆயிரம்	ஆயிரம்	வீரரடி	–அருங்	
	காயங்கள்	ஈந்து	பெற்றக்கொடி;	
தாயும்	தந்தையும்	இந்தக்கொடி	–என்று	
தவளம்	இட்டே	போற்றுங்கடி.		...1
காந்தி	நினைவு	தோன்றுமடி	–நெஞ்சு	
	கலங்கி	அமைதி	காணுமடி;	
சாந்தி	சாந்தி	தோன்றுமடி	–தர்மச்	
	சக்கரக்	கொடியைப்	பாருங்கடி.		...2
ஆசிய	சோதி	அணைந்ததே	–என்று	
	அல்லல்	படுகின்ற	வேளையிலே,	
தேசியக்	கொடியைப்	பாருங்கடி	–நெஞ்சம்	
தேறியே	புத்தொளி	வீசுமடி.		...3
"பாரினில்	உயர்ந்தது	பாரதமே"	–எனப்	
	பறக்கும்	பாங்கினைப்	பாருங்கடி;	
பாரதம்	உயர்தல்	யாராலே,	–அவர்	
	பாதம்	போற்றிப்	பாடுங்கடி.		...4

<table>
<tr><td>தேச</td><td>நேச</td><td>பக்தியடி</td><td>–அது</td><td></td></tr>
<tr><td></td><td>தேசம்</td><td>காக்கும்</td><td>சக்தியடி;</td><td></td></tr>
<tr><td>தேசீய</td><td>வீரனைத்</td><td>தாருங்கடி</td><td>–நாம்</td><td></td></tr>
<tr><td></td><td>தேடியே</td><td>செல்வோம்</td><td>முக்தியடி.</td><td>...5</td></tr>
</table>

2.5. கருவிலாக் கனி

(கலிவிருத்தம்)

வெங்கனல்	கொண்ட	வெம்பரி	ஏறி	
வெங்களம்	கண்ட	வெள்ளைத்	தேவன்,	
இத்தரை	மேலே	இன்னுயிர்	விட்டு	
அத்தரை	அன்றே	அடைந்தான்	அன்றோ?	...1
காலென	ஓடிக்	காலனை	ஓட்டும்	
கடும்பரி	ஊர்ந்த	கட்ட	பொம்மன்,	
இத்தரை	மேலே	இன்னுயிர்	விட்டு	
அத்தரை	அன்றே	அடைந்தான்	அன்றோ?	...2
ஊனவர்	வீழ	ஊர்முகம்	சென்று	
ஊகம்	தந்த	ஊமைத்	துரையும்,	
இத்தரை	மேலே	இன்னுயிர்	விட்டு	
அத்தரை	அன்றே	அடைந்தான்	அன்றோ?	...3
இத்தனைப்	பேரோ	எத்தனைப்	பேரோ	
எத்தரை	எற்ற	ஏது	ஆனார்;	
அத்தனைப்	பேரும்	அத்தனைப்	பேரும்	
அத்தர்	என்றே	ஏத்தி	வாழ்வோம்!	...4

(நாமுச்சீ ரீரட்டை வியனிலைச் சிந்து)

வெள்ளைக்	களளையைக்	கிள்ளி	எறிய
துள்ளி	எழுந்த	தூயரும்;	–பிறர்
உள்ளம்	கிளர	எண்ணம்	விதைத்து,
வெள்ளம்	குருதி	வெளியிட்டார்.	...5

சாந்தி	சாந்தி	சாந்தி	உருவம்
காந்தி	அண்ணல்	கதித்தெழுந்தார்;	–பல
ஆயிரம்	ஆயிரம்	ஆயிரம்	ஆட்கள்
சேயெனப்	பின்னே	சேர்ந்தெழுந்தார்.	...6

(முச்சீ ரிரட்டைச் சமனிலைச் சிந்து)

அடிமைத்	தளையை	அவிழ்க்கவே–அண்ணல்	
அன்பு	வழியைக்	காட்டினார்;–பின்	
அமைதிப்	போரை	நடத்தினார்;–நம்	
அகத்தை	அவர்க்குக்	காட்டினார்.	...7

தூசு	பட்ட	தூணர்கள்–அந்த	
மாசு	பட்ட	மனிதர்கள்;–நம்	
ரோசம்	அறிந்து	கொண்டனர்–பின்	
தேசம்	விட்டுச்	சென்றனர்.	...8

கொடுக்கும்	ஆளைப்	பார்த்திடும்; –நாம்	
அடிக்க	அடிக்கக்	குறுகிடும்–பின்	
வாலை	ஆட்டித்	தின்றிடும்;–நாய்	
வாசல்	படியில்	காத்திடும்.	...9

(நாழுச்சீ ரிரட்டை வியனிலைச் சிந்து)

ஒன்று	பட்டு	நன்று	பெற்றோம்
மென்று	தின்னும்	சோற்றுக்கா? –	இல்லை;
கூழ்	குடித்தும்	கூடி	வாழும்
வீறு	பெற்ற	வாழ்வுக்கே!	...10

(இருசீ ரிரட்டைச் சமனிலைச் சிந்து)

இதம்தனில்	இதம்தரும்;	
நிதம்நிதம்	சுகம்தரும்;–அது	
சுதந்திரம்	சுதந்திரம்	
சுகந்தரும்	சுதந்திரம்.	...11

(நாமுச்சீ ரிரட்டை வியனிலைச் சிந்து)

குருதி	நீரில்	குளித்து	வளர்ந்த
உருவே	இல்லாத்	தருவிலே;	–கொண்ட
"பருவம்	எல்லாம்	பட்டு	மகிழ,
கருவே	இல்லாக்	கனி" இதே.	...12

2.6. பாரத நாடு பண்புள்ளோர் வீடு

இருசீ ரிரட்டைச் சமனிலைச் சிந்து

[ஓசைக்காக வடிவ அமைப்பு வெவ்வேறாகக் காட்டப்பட்டுள்ளது]

(அ)

தம்,		
தெருவினர்	என்றே	திரண்டெழுந்து,–நாம்
தெறுநர்	ஆதல்	தக்கதாமோ?
	தெருவென்பதோ	கடுகளவு – இதைத்
	தெரியாதாரோ	தூணவரே! ...1

தம்,		
ஊரினர்	என்றே	ஒன்றெழுந்து,-நாம்
ஊழையர்	ஆதல்	உன்னதாமோ?
	ஊரென்பதோ	மிளகளவு – இதை
	உணராதாரோ	ஊனவரே! ...2

தம்,		
சாதியர்	என்றே	சேர்ந்தெழுந்து,–நாம்
சத்துரு	ஆதல்	சத்துவமாமோ?
	சாதியென்பதோ	இலந்தையே –இதைச்
	சிந்தியாதாரோ	ஈனவரே! ...3

தம்,		
மொழியர்	என்றே	மொய்த்தெழுந்து,–நாம்
மூர்க்கர்	ஆதல்	முறைமையாமோ?
	மொழியென்பதோ	குன்றளவு – இதைக்
	கருதாதாரோ	கூனவரே! ...4

தம்,
நிலத்தர்   என்றே   மலைத்தெழுந்து,–நாம்
விலங்கர்   ஆதல்   மாட்சிமையாமோ?
மாநிலமென்பதோ   மலையளவு –இதை
நினையாதாரோ   வீணவரே!   ...5

தம்,
நாட்டவர்   என்றே   நாடியெழுந்து, –நாம்
"நம்மவர்"   ஆதலே   நன்னெறியாம்.
நாட்டவரென்பதோ   முந்நீரே –இதை
மறவாதாரே   மானவராம்!   ...6

(ஆ)

தூணவர்   என்றே
              தூற்றிட   வேண்டாம் –பிறர்நமை
ஊனவர்   என்றே
              உதறிட   வேண்டாம்;
ஈனவர்   என்றே
              ஏசிட   வேண்டாம் –பிறர்நமைக்
கூனவர்   என்றே
              கனன்றிட   வேண்டாம்.   ...7

வீணவர்   என்றே
              விலகிட   வேண்டாம் –பிறர்நமை
வானவர்   என்றே
              மயங்கிட   வேண்டும்;
மானவர்   என்றே
              நினைந்திட   வேண்டும் –பிறர்நமை
மனோகரர்   என்றே
              மதித்திட   வேண்டும்.   ...8

"இந்திய நாடே
இன்புறு நிலமே" –என்று
இவ்வுலக மானிடர்
இயம்பிட வேண்டும்;
"பாரத நாடே
பண்புளோர் வீடே" –என்று
பாரினர் நாடிப்
பண்பாட வேண்டும்! ...9

(இ)

இதற்கு நாம்–
"ஒற்றுமை பட்டே வாழவேண்டும்
வேற்றுமை படுதல் வீழவேண்டும்; –நம்
நாட்டோர் எல்லாம் வீட்டோரே –எனும்
வேட்கை கொண்டே வளரவேண்டும்." ...10

2.7. நாடுக நாட்டு நலத்தை

(இரு விகற்ப இன்னிசை வெண்பா)

நாடுக   நாட்டு   நலத்தையே;   நாடியே,
வீடிய   வீரத்   தியாகியைக்   கூடியே,
நெஞ்சில்   நினைத்து   நிலையாகப்   பாடியே,
அஞ்சலி   செய்யு   முலகு.

அத்தியாயம் – 3

மதியை வாட்டிய வளைந்தோடும் நதிகள்

3.1. சாதிப் பஞ்சாங்கம்

(முச்சீ ரிரட்டைச் சமனிலைச் சிந்து - இசைப்பா)

[மலைவாழ் பழங்குடி மக்கள் பாடுகின்ற கும்மிப் பாடல்களின் அமைப்பில், இப் பாடல்கள் அமைக்கப் பெற்றுள்ளன]

(எடுப்பு)

எல்லோரும்	ஒரினமாய்	மலர்வோம்; –எப்போதும்
நல்லோராய்	நாட்டினிலே	மிளிர்வோம்.

(தொடுப்பு)

பாமர	மக்களைப்	போல –மெத்த
படித்த	மக்களும்	தாமே –அறிவின்றிச்
சாதிச்	சகதியில்	சிக்கி, –பின்னர்
சந்தியில்	திரிதல்	சரியோ?

(முடிப்புகள்)

படிப்புக்குச்	சாதியைக்	கேட்பார்–வேலை	
கொடுப்புக்கும்	சாதியைக்	கேட்பார்;–இப்படி	
ராசாங்கம்	செய்தல்	சரியோ?–சாதிப்	
பஞ்சாங்கம்	பார்த்தல்	முறையோ?	...1

"வால் குரங்கு	வடிவில்	தோன்றி–உயிருரு	
பாழ் மனித	வடிவை	அடைந்தது"–இது	
புகழ் டார்வின்	விடுத்த	கொள்கை–இதனைத்	
திகழ் பாரின்	மக்களே	அறிவர்.	...2

(குறுஞ்சிந்துப் பாக்கள்)

வாலோ ஒன்று	–ஐலே லேலா
காலோ நான்கு	–ஏலே லேலா
அது–மிருகம் என்று	–சொல்லடி மயிலே
மிருகம் என்று	–எடுத்துச் சொல்லு
அறிவோமல்லோ	–ஆமா ஆமா. ...1
பல–உருவம் உண்டு	–ஐலே லேலா
பேரும் உண்டு	–ஏலே லேலா
பேரால்–சாதி உண்டு	–சொல்லடி மயிலே
பல–சாதி உண்டு	–எடுத்துச் சொல்லு
அறிவோமல்லோ	–ஆமா ஆமா. ...2
பறவை இனமே	–ஐலே லேலா
பிற–உயிரு இனமே	–ஏலே லேலா
பல–உருவம் உண்டு	–சொல்லடி மயிலே
பேரும் உண்டு	–எடுத்துச் சொல்லு
பேரால்–சாதி உண்டு	–ஆமா ஆமா. ...3
ஆனால்,	
பகுத்த அறிவு	–ஐலே லேலா
படைத்த வனே	–ஏலே லேலா
நீ–கருவு ஆகி	–சொல்லடி மயிலே
கருவு ஆகி	–எடுத்துச் சொல்லு
உருவு ஆனாய்	–ஆமா ஆமா. ...4
உருவே ஆகி	–ஐலே லேலா
ஒரு–பேரே பெற்றாய்	–ஏலே லேலா
அது–மனித சாதி	–சொல்லடி மயிலே
மனித சாதி	–எடுத்துச் சொல்லு
அறிந்தோமல்லோ	–ஆமா ஆமா. ...5

ஆணொரு சாதி   –ஜலே லேலா
பெண்ணொரு சாதி   –ஏலே லேலா
இனி–வேறென்ன சாதி   –சொல்லடி மயிலே
நமக்குள்–வேறென்ன சாதி   –இல்லேடி குயிலே
இதை–அறியவேணும்   –ஆமா ஆமா.   ...6

ஆய்ந்தே அறிந்தால்   –ஜலே லேலா
எல்லோரும்மே   –ஏலே லேலா
குரங்குச் சாதி   –அப்படிச் சொல்லு
நாம்–குரங்குச் சாதி   –மேலும் சொல்லு
ஒரே சாதி   –ஆமா ஆமா.   ...7

3.2. அல்லதை அகற்று மனமே!

(பின்னடி மடக்கி வந்த முச்சீ ரிரட்டைச் சமனிலைச் சிந்து)

(எடுப்பு)

நல்லதை நன்றே ஏற்றுப், –பின்
அல்லதை அன்றே அகற்று; –மனமே!
அல்லதை அன்றே அகற்று.

(முடிப்புகள்)

வஞ்சகம் பேசிடும் நெஞ்சம்; –பின்
தஞ்சம் எனத்தினம் கெஞ்சும்; –இறையைத்
தஞ்சம் எனத் தினம் கெஞ்சும். ...1

வள்ளல் என்றே காட்டும்;–பின்
கொள்ளை அடித்தே வாட்டும்;–பலரைக்
கொள்ளை அடித்தே வாட்டும். ...2

வந்தனை செய்தே வாழ்த்தும்;–பின்
நிந்தனை செய்தே வீழ்த்தும்;–அவரை
நிந்தனை செய்தே வீழ்த்தும். ...3

நாட்டிலே நன்றே சொல்லும்;–பின்
வீட்டிலே அன்றே தள்ளும்;–சொல்லை
வீட்டிலே அன்றே தள்ளும். ...4

3.3. அல்லதே வல்லது

(முச்சீ ரிரட்டைச் சமனிலைச் சிந்து)

அல்லதும்	நல்லதும்	கலந்தால்,
அல்லதோ	நல்லது	ஆகுமா?–அது அரிதே;
நல்லதோ	அல்லதே	ஆகுமே!–அது எளிதே;
'அல்லதே	வல்லது'	அறிவீர்! ...1
நல்லபருப்பு	எடுத்தே	மென்றால்,
நாவில்சுவை	பெருகும்	நன்றே!–அப்போ ஓர்
ஊசைப்பருப்பு	எடுத்துக்	கலந்தால்,–அனைத்தும்
ஊசையாகும்;	உமிழ்ந்து	போவீர். ..2
ஊசைப்பருப்பு	எடுத்தே	மென்று
ஆசைப்பட்டு	விழுங்கு	வீரோ?–அப்போ ஒரு
நல்லபருப்பு	எடுத்துக்	கலந்தால்–அனைத்தும்
நல்லனவாமோ?	உமிழ்ந்து	போவீர். ...3
அல்லோரை	நாடிய	நல்லோர்
நல்லோராய்	வாழ்தல்	அரிதே;–அவரும்
அல்லோரே	ஆவார்	எளிதே;–எனவே,
'அல்லோரே	வல்லோர்'	அறிவீர். ...4

3.4. பாசி மனம்

(இருசீ ரிரட்டைச் சமனிலைச் சிந்து)

வயலுக்கு நல்	வரப்பு வேண்டும்– மானிடர்
வாழ்வுக்கு நல்	வரம்பு வேண்டும்;
குளத்துக்கு வன்	கரை வேண்டும்–மானிடர்
உளத்துக்கு மென்	வரை வேண்டும். ...1
போதும் என்னும்	மனித மனமே
பொன் செய்யும்	மருந்து ஆகும்;– இதைப்
பற்றுவோரே	இன்புறுவாரே;
பற்றாதாரோ	துன்புறுவாரே. ...2
பற்றார் மனமோ,	
வீசு காற்றால்	ஒருநிலை இல்லாப்
பாசி போலாம்	பண்பாகும்மே;–மேலும்
வீசு காற்றால்	ஓரிடம் நில்லாத்
தூசிபோலாம்	குணமாகும்மே! ...3
பாழியின் நீர்மேல்	மிதக்கும் பாசி
பிரிந்து சேரும்	சேர்ந்தது பிரியும்;–பின்னர்,
பிரிந்தது சேரும்	சேர்ந்து பிரியும்–இதுவே
ஒருநிலை இல்லாப்	பண்பை உடைத்தே! ...4
தரையின் மேலே	கிடக்கும் தூசி
மேலே எழும்பும்	கீழே வீழுமே;–பின்னர்,
கீழே விழுந்தது	மேலே எழும்பும்–இதுவே
ஒருநிலை இல்லாத்	தன்மை உடைத்தே! ...5

3.5. குரங்குப்பிடி குணம்

(இருசீ ரிரட்டைச் சமனிலைச் சிந்து)

மலைமேல் வாழ்	குரங்கு	
மரத்தின் மேல்	ஏறும்;–பின்,	
மரக்கிளையை	ஒடிக்கும்;–பின்,	
மறுகிளை மேல்	தாவும்; ஓடும்.	...1
மரவிழுதைப்	பிடித்து,	
மரப் பாம்பென	நினைக்கும்;–பின்,	
தரை விழுந்து	நடுங்கும்;–பின்,	
வரை ஏறி	வாடும்; ஒடுங்கும்.	...2
நெளிந்தோடும்	பாம்பை	
வலிந்தோடிப்	பிடிக்கும்; –பின்,	
'பிடிவிட்டால்	கடிக்கும்' –எனப்	
பிடிவிடாது;	கடிபடும்; சாகும்.	...3
குரங்குப்பிடி	குணம் இதுவே	
குரங்குக்குண	மனிதர் உளரே!–ஆதலின்	
"மனமே ஒரு	குரங்கு ஆம்"–என்றே	
மனம் திறந்து	கூறினர்; போயினர்.	...4

3.6. தேரைபோல் ஆகேனோ?

(இருசீ ரெட்டைச் சமனிலைச் சிந்து)

(எடுப்பு)

பாரினைப்   பாராமல்
   பாறைக்குள்   குடியிருக்கும்–தனித்
தேரைபோல்   ஆகேனோ?–மனித
   தெவ்வரைக்   காண்பேனோ?

(முடிப்புகள்)

(அரசியல்வாதி)

"நாட்டுநலம்   காக்க
   நானூறு   திட்டம்சொல்லி,–தன்
வீட்டுநலம்   காக்கும்
   வீணான   மனிதர்கண்டேன்"   ...1

(ஆசிரியர்)

"உறுதிப்பொருள்   அனைத்தும்
   உணரவே   காட்டிச்சொல்லி,–தன்
இறுதிப்பருவம்   வந்தும்
   ஏலாத   மனிதர்கண்டேன்"   ...2

(காவல்காரர்)

"குடித்தாடு   குற்றகரைப்
   பிடித்தே   அடித்துத்தள்ளி,–பின்
குடித்தே   படுத்துறங்கும்
   குறுமன   மனிதர்கண்டேன்"   ...3

(வழக்கறிஞர்)

"பஞ்சமா   பாதகரைப்
      பார்த்தே   தெரிந்திருந்தும்–பணம்
அஞ்சாமல்   பெற்றதாலே,
      அளந்தாடு   மனிதர்கண்டேன்"   ...4

(மருத்துவர்)

"நோய்போக்கும்   வைத்தியென
      நோகாமல்   எழுதிவைத்து,–வந்த
நோய்நாடிப்   பார்க்கும்முன்னே
      முதல்நாடும்   மனிதர்கண்டேன்"   ...5

அத்தியாயம் – 4

மானிடரிலக்கணங்கள்

சிறுவர்கள், பள்ளியில் படிக்கும்போதே, "நான் ஆசிரியன் ஆவேன்; நான் அமைச்சர் ஆவேன்; நான் வணிகர் ஆவேன்; நான் டாக்டர் ஆவேன்..." எனவெல்லாம் கூறிக்கொண்டு கனவு காணுதலைக் காணலாம். அவர்களுடைய கனவுகள், நனவுகள் ஆதலும் உண்டு.

அவர்கள் படித்துப் பெரியவர்களாகி, ஏற்றுக் கொண்ட பணிகளைத் தன்னலம் மட்டுமே கருதாமல், மக்களுக்குச் சேவை செய்யும் தொண்டாகவும் கருதிச் செய்தல் வேண்டும். தாம் செய்யும் பணியின் தன்மையினை அறிந்து, "பணியால் தமக்கும், தம்மால் பணிக்கும்" பெருமை சேரும்படிச் செய்தல் வேண்டும்.

ஆரம்பத்திலிருந்தே நல்ல கருத்துகளை ஊட்டி வளர்த்தால், இப்போதைய சிறுவர்கள் நாளைய நன்மக்களாக வாழ்வார்கள். குழந்தைகள், உடல் நலத்துடன் வளர்ந்தால் மட்டும் போதாது; உள்ளம் வளத்துடனும் வளர்தல் வேண்டும்.

இதோ, சிறுவர்களுக்குத் தாத்தா அறிவுரைகள் –மானிடரிலக்கணங்கள்-- கூறுகின்றார்........

4.1. நல்லாசிரியர்

(மூச்சீ ரிரட்டைச் சமனிலைச் சிந்து)

சிறுவன்:

"நன்றே	படித்துத்தேறித்	தாத்தா–நான்
நல்லா	சிரியனாவேன்	தாத்தா;
இலக்கணம்	கூறவேணும்	தாத்தா–அதற்கு
இலக்கியம்	நானேஆவேன்	தாத்தா."

தாத்தா:

"அன்பே	உருவாக	வேண்டும்–உனக்குப்	
பண்பே	உயிராக	வேண்டும்;	
அறிவே	உணவாக	வேண்டும்–உனக்குப்	
அடக்கம்	உடுப்பாக	வேண்டும்.	...1
கற்றுத்	தெளிந்த	பின்னே–நீ	
கற்பிக்கச்	சென்றுவிடு	நன்றே;	
கல்லும்	காணும்படி	நின்று,–தினம்	
புல்லும்	புரியும்படிப்	பேசு.	...2
நல்லோரை	ஆக்கவேணும்	தம்பி–உன்	
நாவுக்கு	ஆற்றலுண்டு	தம்பி;	
வல்லோரை	ஆக்கவேணும்	தம்பி–உன்	
வடிவுக்கு	வண்ணமுண்டு	தம்பி.	...3
கேளும்	நற்சொல்லே	பேசி–பலர்	
நாடும்	நற்செயலே	செய்வாய்;	
சூழும்	உயர்வாழ்வு	வாழ்ந்து,–பலர்	
ஆளும்	உவமப்பொருள்	ஆவாய்.	...4

செய்யும்	தொழிலுமே	தெய்வம்–நல்வழி
சொல்லும்	குருவுமே	தெய்வம்;
நன்றாய்	உணர்ந்தாலே	தம்பி–நீயும்
நல்லா	சிரியனே	தம்பி."

(நேரிசை வெண்பா)

இணரூழ்த்தும் நாறா மலரனையர்; கற்றது
உணர விரித்துரையா தாரென்றார்–உண்மையே,
தெள்ளு மொழிபேசி அள்ளும் மலராவாய்!
வள்ளுவர் வாய்மொழி பற்று.

4.2. அமைச்சர்

(முச்சீர் சமனிலை நெடுஞ்சிந்து)

சிறுவன்:

"ஆறாண்டே	படிப்பேன்	படிப்பு–பின்பு
அரசியலைப்	பிடிப்பேன்	துடிப்பு.
அரசியலில்	வாதியாய்	நானும் –பின்பு
அமைச்சனா	ஆளவே	வேணும்;
இலக்கணம்	கூறுக	தாத்தா–அதற்கு
இலக்கியம்	ஆகுவேன்	தாத்தா."

(மூச்சீ ரிரட்டைச் சமனிலைச் சிந்து)

தாத்தா:

"ஆறுள்ள	ஊரே	ஊராம்–பகுத்த	
அறிவுள்ள	ஆளே	ஆளாம்;	
நீருள்ள	நிலமே	செழிக்கும்–படித்த	
பேருள்ள	புலமே	சிறக்கும்.	...1
அரசியல்	வாதி	ஆகும்முன்–பிறநலப்	
பண்புக்கு	வித்து	இடுக;	
ஆளும்	அமைச்சர்	ஆகும்முன்–நாட்டை	
ஆளுமியல்	அனைத்தும்	கற்க.	...2
ஆளுமணி	ஆனாலும்	தம்பி–நீ	
ஆணவம்	கொள்ளாதே	தம்பி;	
வீழ்நெறி	செல்லாதே	தம்பி –வீண்	
ஆள்வெறி	கொள்ளாதே	தம்பி.	...3

எதிரணி   ஆனாலும்   தம்பி–எதிர்
ஏற்றம்   போற்றிடுக   தம்பி;
எதிர்ப்பிலும் ஆக்கமதே   நோக்கம்–உன்சொல்
ஏங்கும்   இதயங்களின்   தாக்கம்.   ...4

பிறநலம்   பெரிதே   வேணும்;–ஆனால்,
தன்நலம்   சிறிதே   போதும்.
தேநீரு   அளவு   பெரிதே–அதிலிடு
தேநீறு   அளவு   சிறிதே.   ...5

வேர்கொண்டு   நிற்கும்மரம்   தம்பி–மேக
நீர்தந்து   தானும்வாழ்தல் போல,
ஊர்கொண்டு   நிற்கும்நீயும்   தம்பி,–ஏகச்
சீர்தந்து   நீயும்வாழ்தல்   வேண்டும்.   ...6

"பாரை   ஆளும்   மன்னன்–நம்
பார்வை   வாழும்   கண்ணன்"–புலவர்
பாடி   மகிழ்ந்தார்   அன்று;–நிலவோர்
கூடி   மொழிவார்   இன்று.   ...7

(இன்னிசை வெண்பா)

வன்கண்   குடிகாத்தல்   கற்றறிதல்   ஆள்வினையோடு
ஐந்துடன்   மாண்டது   அமைச்சென்றே, ஆள்வோர்க்கு
அன்றே   மொழிந்தார்   அரும்பெரும்   பாவலர்
என்றும்   இதயம்   கொள்.

4.3. வணிகர்

(முச்சீ ரிரட்டைச் சமனிலைச் சிந்து)

சிறுவன்:

"வாணிகம்	பண்ணவேணும்	தாத்தா–தினம்
நாணயம்	காணவேணும்	தாத்தா;
இலக்கணம்	கூறவேணும்	தாத்தா–அதற்கு
இலக்கியம்	நானேஆவேன்	தாத்தா."

தாத்தா:

"பொருளில்லார்க்கு	இவ்வுலகு	இல்லை"– என்று
புலவர்	சொன்னது	மெய்யாகுமே;
"அருளில்லார்க்கு	அவ்வுலகு	இல்லை"– என்று
அவரே	சொன்னது	பொய்யாகுமோ? ...1

பொருளைச்	சேர்க்கும்	மனிதரே
அருளைச்	சேர்த்தால்	புனிதராம்;
அருளும்	பொருளும்	சேர்ந்திட–வணிகம்
அளந்து	கொட்டும்	அருவியாம். 2

நீரிலா	ஊருணி	பாழாகும்–ஓசைப்
பேரிலா	ஊரும்	பாழாகும்;
வரவிலா	வாணிகம்	பாழாகும்–ஆசை
வரம்பிலா	வாழ்வும்	பாழாகும். ...3

நாணயம்	என்பது	நேர்மையே;–அந்த
நேர்மை	என்பது	நீதியே–அந்த
நீதியில்	வந்ததே	காசாகும்;–அந்த
நாணயக்	காசே	நிலையாகும். ...4

உண்மை	வாணிபம்	ஊன்றிடுவாய்;–பிறர்
உள்ளம்	மலரும்	கண்டிடுவாய்;
நன்மை	வாணிபம்	நாடிடுவாய்;–நீயும்
நன்றே	வாழ்வாய்;	வளர்ந்திடுவாய்" ...5

(இன்னிசை வெண்பா)

வாணிகம்	செய்வார்க்கு	வாணிகம்	பேணிப்
பிறவும்	தமபோற்	செயினெனப்	பாடினார்;
மெய்திகழ்த்	தீந்தமிழால்	தெய்வப்	பெரும்புலவர்;
வள்ளுவர்	வாணிகம்	செய்.	

4.4. மருத்துவர்

(முச்சீர் இரட்டைச் சமனிலைச் சிந்து)

சிறுவன்:

"மருத்துவர்   ஆகவேணும்   தாத்தா;–இனிப்பு
மருந்து   தந்துகாப்பேன்   தாத்தா.
இலக்கணம்   கூறவேணும்   தாத்தா;–அதற்கு
இலக்கியம்   நானேஆவேன்   தாத்தா"

தாத்தா:

"பணியில்   உயர்ந்த   பணியிதுவே;–உடல்
பிணியைத்   தீர்க்கும்   பணியலவோ?
தொண்டில்   சிறந்த   தொண்டிதுவே; உயிர்க்
கூண்டைக்   காக்கும்   தொண்டலவோ?   ...1

காசு   சேர்க்கும்   விருப்பாலே–ஓர்
மாசும்   சேர்த்துக்   கொள்ளாதே;
வீசும்   தென்றல்   போல்வாயே–பேர்
தேசும்   பரவும்;   வாழ்வாயே   ...2

கனிமொழி   பாதிப்   பிணியகற்றும்–உன்
பணித்திறன்   மீதிப்   பிணியழிக்கும்;
இனிதாய்   நாடி   நனிபுரிந்தால்–நாடு
அணியாய்   நினைந்து   உனைப்போற்றும்."   ...3

(நேரிசை வெண்பா)

நோய்நாடி நோய்முதல் நாடி அதுதணிக்கும்
வாய்நாடி வாய்ப்பச் செயலென்றே -ஆய்ந்தறிந்து
தெள்ளு தமிழில் உணர உரைத்துள்ளார்;
வள்ளுவர் வைத்தியம் காண்.

அத்தியாயம் – 5

இதயத்தைத் தாக்கிய பாலைவனக் காற்று

மனிதர்கள் நினைத்துப் பார்க்க வேண்டியவற்றுள் ஒன்று "நிலையாமை"யும் ஆகும்; நாம் பிறந்தோம், வளர்கிறோம், இறந்துவிடுவோம் - இது அனைவருக்கும் தெரிந்ததே. ஆனால், இதனை நாம் அடிக்கடி நினைத்துப் பார்த்துக் கொள்ளுதல் வேண்டும். எதற்காக இதனை நினைத்துப் பார்த்துக் கொள்ளுதல் வேண்டும்?

இந்த உடல் நிலையில்லாதது; செல்வம் நிலையில்லாதது என்றெல்லாம் பாடி வைத்தார்களே! எதற்காக இப்படிப் பாடி வைத்தார்கள்? வாழ்க்கையில் வெறுப்படைந்து விரக்தி அடைவதற்காகவா இப்படிப் பாடி வைத்தார்கள்? அல்ல; அல்ல. உயிருள்ளவரை நன்றே செய்து, நாம் அனைவரும் ஒன்றேபட்டு, வாழவேண்டும் என்பதனை உணர்த்துவதற்காகத்தான் நிலையாமைகளைச் சுட்டிக் காட்டி, நீதியுரைகளைச் சொல்லியுள்ளார்கள்.

> 'அழுக்காறு அவாவெகுளி இன்னாச்சொல் நான்கும்
> இழுக்கா இயன்றது அறம்'

என்று வள்ளுவர் கூறியுள்ளார். வள்ளுவர் கூறியுள்ளபடி அனைவராலும் வாழமுடியும். பொறாமை, பேராசை, கடுங்கோபம், கொடுஞ்சொல் ஆகியவற்றை நீக்கி வாழ்வதற்குத் 'தூண்டுகோலாக' இருப்பது 'நிலையாமை'யை நினைத்துப் பார்த்துக் கொள்ளுதலே ஆகும்.

5.1. ஈசல் வாழ்வு

(இருசீ ரிரட்டைச் சமனிலைச் சிந்து)

"இன்றிருப்போர் நாளையில்லை"
என்றுரைத்தோர் நம்மவரே;–இதை
என்றும் நினைந்து பார்ப்போரே-பிறர்க்கு
நன்றே புரிந்து வாழ்வாரே. ...1

முளையும் காளான் போலவே,
விளையும் புல்லு போலவே,–மாரியில்
பறக்கும் ஈசல் போலவே,–ஆகும்
மாயவாழ்வே நம் வாழ்வு. ...2

பாசிலை அரிக்கும் புல்லுருவி;
பற்றுயிர் பரிக்கும் வல்லூறு;
பைந்தளிர் அழிக்கும் ஒட்டுண்ணி;–இத்தகைத்தீப்
பண்பை ஒழித்தோர் ஒளிர் வாழ்வினரே! ...3

வெல்லம் மொய்க்கும் ஈப்போல்வோர்;
எல்லாம் தீய்க்கும் தீப்போல்வோர்;
புரை வைத்த புண்போல்வோர்;–நட்பைப்
புறம் போக்கியோர் அற வாழ்வினரே! ...4

5.2. இருள்மனமும் மலர்மனமும்

(இருசீ ரிரட்டைச் சமனிலைச் சிந்து-இசைப்பா)

(எடுப்பு)

நன்றே   செய்திடுக-மாயக்குயிலே
இன்றே   செய்திடுக!

(தொடுப்பு)

இன்றுள்ளோர்   நாளை இல்லை-மாயக்குயிலே
நின்றாடும்   ஆளும் இல்லை.

(முடிப்புகள்)

பிணமாகிப்   போனபின்னே, –மாயக்குயிலே
மனம்வாடிப்   பாடிக்காய்வர்;
நிணம் நாறிப்   போகும்முன்னே,–மாயக்குயிலே
மணல்மூடிப்   போயே ஓய்வர்.   ...1

பேயாகிப்   போகுமென்றே,–மாயக்குயிலே
தாய்மடிந்த   போதும் சொல்வர்;
நாய்மடிந்து   போன போதோ,–மாயக்குயிலே
பேயில்லே   என்றே சொல்வர்.   ...2

இடுகுழியை   அடைந்தபின்னும்,–மாயக்குயிலே
குணம்கெடாத   கொடிய பிறவி;
மானிடரே   என்னும் பிறவி–மாயக்குயிலே
மாஇடரே   பண்ணும் பிறவி.   ...3

இருள்மனம்   பெற்று வளர்ந்து,–பிறர்க்கு
மருள்வினை   புரிந்து வாழ்வோர்;
கருப்பெனும்   பேயாய் மாறி,–மாண்டபின்,
பேரிடர்   படுவர்; அறிவீர்!   ...4

மலர்மனம்   பெற்று வளர்ந்து,–பிறர்க்கு
மலர்வினை   புரிந்து வாழ்வோர்,
திருவெனும்   உருவாய் மாறி,–மாண்டபின்,
பேரொளி   அளிப்பர்; அறிவீர்!   ...5

5.3. சடலம் நீக்கும் கடல்

(நிலைமண்டில ஆசிரியப்பா)

கண்ணே போலக் காத்திடும் தாயை,
பொன்னே போலப் போற்றிடும் தாயை,

அம்மா என்றே அழைத்த வாயால்
ஆன்மா பிரிந்தால் பிணமென் றழைப்போம்;

தாயென மறந்து மண்ணிற் புதைப்போம்;
பேயென நினைந்து விலகிச் செல்வோம்;

என்னே கொடுமை! யாக்கை நிலைமை!
இந்நிலை நமக்கும் நினைவிற் கொண்மின்;

நடைப்பிணம் நாமென் றறிமின்; ஆதலின்,
சடலம் நீக்கும் கடலே போலக்

கருவினை அகற்றிக் களங்கற வாழ்வீர்!
பெருநெறி பெற்றிட வழிவகுப் பீரே!

5.4. மூவுலகைவிட்டு முக்திபெறும் வழி

இந்த உடல் கருப்பையில் தோன்றுகிறது–இது ஒரு உலகம். மண்ணின்மேல் இன்பதுன்பங்களை அநுபவித்து ஆட்டம் போடுகிறது–இது மற்றொரு உலகம். பிறகு மண்ணுள் புதையுண்டு (அல்லது எரியுண்டு) அடங்கி (மறைந்து) விடுகிறது–இது பிறிதொரு உலகம். இந்த மூவுலகையும் விட்டு மாறி மாறி வரும் இத்தகைய பிறப்பு நிலையை விட்டுப்–பிறவா முக்தி நிலையை அடைவதற்கு வழி எது?

தீய செயல்களை நீக்கி வாழவேண்டும்; நற்செயல்களைச் செய்துவரல் வேண்டும். கண்களுக்குப் புலப்படாத ஒப்பற்ற ஒருவனாகிய இறைவனை நாளொன்றுக்கு ஒருமுறையேனும் – சில நிமிடமாவது – நினைத்து வணங்குதல் வேண்டும். மனித நேயத்திற்கு இறையுணர்வே அடிப்படை ஆகும்.

(வஞ்சித் துறை)

ஒருலகில்	தோன்றும்;	[கருப்பையில்]
ஒருலகில்	ஆடும்;	[வெளியுலகில்]
ஒருலகில்	அடங்கும்;	[புதைகுழியில்]
ஒருலகிலும்	நில்லாவே.	...1
ஒருவினை	நீக்கு;	[தீவினை]
ஒருவினை	ஆக்கு;	[நல்வினை]
ஒருவனை	நாடு;	[கடவுளை]
ஒருமுறை	நினைந்தே.	[தினம் ஒரு தடவை] ...2

5.5. விண் புகழ் தேர்

(இருசீ ரிரட்டைச் சமனிலைச் சிந்து)

(பல்லவி)

எத்தனை	நாளிருப்	போம்-ஒரு நாள்
செத்துநாம்	மறைந்திடு	வோம்.

(அநுபல்லவி)

அத்தனை	நினைந்திருப்	போம்–நட்பு
வித்தினை	விதைத்திருப்	போம்.

(சரணங்கள்)

இனமே	பணமேஎன்	றே–மனமே
தினமே	பதறல்நன்	றோ?
பிணமே	மாண்டபின்	னே!–உடலோ
கனல்படு	கட்டைஅன்	றோ? ...1

திருவொளி	ஏற்றிவைத்	தே–தினமே
திருவுரு	போற்றிவந்	தால்,
மருள்மிகு	இருள்வில	கும்;–நம்முள்ளே
அருள் தரு	ஒளிவிளங்	கும். ...2

பின்னர்,

அன்பெனும்	நீரூறும்;
"மண்ணினர்	ஊரினமே"–என்னும்
பண்பெனும்	ஆறோடும்;–மாண்டபின் மண்மேல்
விண்புகழ்	தேரோடும்! ...3

5.6. காணாதாகும் கருவுடலே

உயிரானது வயிற்றுக் கருப்பையிலே தோன்றி, உடலாகிய வடிவத்தைப் பெறுகிறது; பிறகு, உடலுடன் பிறக்கிறது; வெளியுலகத்திலே அந்த உடல் – உயிருள்ள உடல் – வளர்ச்சி அடைகிறது; உலகத்து இன்ப துன்பங்களை அனுபவிக்கிறது. நாளடைவில்...அந்த உடல், தளர்ச்சி அடைகிறது; பிறகு அந்த உயிர், அந்த உடலை விட்டு நீங்கி விடுகிறது. உயிரில்லாத உடலானது, புதைகுழியை அடைந்தாலும் அடையாவிட்டாலும், வடிவம் சிதைந்து அழிந்து மறைந்து விடுகிறது – இது நமக்குத் தெரிகிறது. ஆனால்...அந்த உயிர் எங்கே போயிற்று? என்ன ஆயிற்று? இதனை அறிந்தவர் ஒருவரும் இலர். எனவே, எல்லாம் அறிந்தவர் இவ்வுலகில் ஒருவருமிலர்.

(குறளடி வஞ்சிப்பா)

மாயவுலகிலே	ஒருவாகிக்
காயக்குகையிலே	கருவாகிக்
காணாயிருளிலே	உருவாகிக்
காணுமொளியிலே	பருவாகிச்
சேமப்புனலிலே	மருவாகிக்
காமக்கனலிலே	சருகாகித்
தாபமணலிலே	தருவாகிப்
பாசப்புலத்திலே	எருவாகிச்
சோகவளியிலே	உருமாறி
நாசக்குழியிலே	உருவழிந்து
காணாதாகும்	கருவுடலே.
அதன்	
மோகவுயிரே	என்னாகும்?
மேகவெளியிலே;	மொழிவீரே!

5.7. பால் குட்டியும் வால் குட்டியும்

(முச்சீ ரிரட்டைச் சமனிலைச் சிந்து)

ஆட்டுக்	குட்டியை	ஓட்டிவந்தே	–வீட்டுத்
	திட்டைமுன்	கட்டினான்	ஒருவன்;
கட்டையும்	கத்தியும்	சட்டியும்	–அந்தத்
	திட்டைமுன்	வைத்தாள்	அவன்மனைவி. ...1
'அம்மா'	என்றது	சேயாடு;	–அப்போ
	சும்மா	நின்றது	தாயாடு;
'அம்மா'	என்றால்	சேயாளு	–உடன்
	அள்ளி	மோப்பாள்	தாயாளு. ...2
கத்தி	எடுத்துச்	சென்றானே;	–அவள்
	கழுத்தைப்	பிடித்துக்	கொண்டாளே;
கத்தக்	கத்தக்	கொன்றானே;	–அவள்
	ரத்தம்	பிடித்துக்	கொண்டாளே. ...3
காயை	அறுத்துக்.	காண்பதுபோல்	–அந்தச்
	சேயை	அறுத்துக்	கூறுபோட்டார்;
'காயம்	மாயம்'	காட்டுதற்கு	–அதைக்
	கடித்துக்	காட்டும்	கூறுகெட்டார். ...4
பாவம்	என்பது	பருநாகம்;	–அது
	பாய்ந்தே	வந்து	பற்றிவிடும்;
தாவம்	பரவித்	தாக்கிடுங்கால்	–அதைத்
	தடுப்போர்	தரணியில்	யாரேயம்மா! ...5
தத்தித்	தத்தி	அவர்குழந்தை	–அந்தத்
	திட்டை	மேலே	தவழ்ந்ததுவே;
புத்தி	இல்லாப்	பாதகரும்	–பின்
	கத்திக்	கழுவி	வைத்தனரே. ...6

குப்புறக்   குழந்தை   விழுந்ததே;   –கத்தி
                குடலம்   உருவக்   குத்தியதே;
அப்புறம்   அதுவும்   எழுந்ததோ?   –இல்லை,
                ஆவி   பிரிந்து   போனதே.   ...7

சட்டிக்   குருதி   கவிழ்ந்ததே;   –பால்
                குட்டிக்   குருதி   கலந்ததே;
முட்டி   வந்த   குடலதும்   –வால்
                குட்டிக்   குடலம்   போன்றதே.   ...8

பிள்ளை   ஊனைத்   தின்னவோ   –ஐயோ,
                குட்டிக்   கறியை   உண்ணவோ?
இல்லை   வேற்றுமை   இல்லையே   –என்று
                கொள்ளை   அல்லல்   கொண்டனரே.   ...9

ஊனைத்   துண்டால்   சுவைக்கிறோம்;   –பிற
                உயிரைக்   கண்டால்   வதைக்கிறோம்;
ஊனுண்டு   ஊனை   வளர்க்கிறோம்;   –என்ற
                உண்மை   அறிந்து   ஓய்ந்தனரே!   ...10

புத்தரும்   காந்தியும்   பூதலத்தில்   –புகழ்
                புனிதர்   என்றே   பூசிக்கிறோம்;
அத்தர்   என்றே   பேசிக்கிறோம்;   –அவர்
                அன்பு   நெறியா   நேசிக்கிறோம்.   ...11

5.8. புண்ணுண்ணும் புழு

(முச்சீ ரிரட்டைச் சமநிலைச் சிந்து)

காய்கறிக்   கீரை   வகையுணவு
கடும்பசி   போக்கி   வளர்க்குமே;   –ஆனால், பிற
உயிரைப்   போக்கித்   தின்றேனே;   –பெரும்
வயிறை   நிரப்பி   வளர்ந்தேனே.   ...1

பசிக்குப்   பல்சுவை   பொருளுண்டு   –ஆனால்,
ருசிக்குப்   புலாலைப்   புசித்தேனே;   –இநினான்
சடலம்   ஆனப்   பின்னாலே,   –சுடுகாட்டில்,
சாம்பல்   ஆக்க   வேண்டாமே.   ...2

பிணந்திண்ணும்   பேயாய்   வாழ்ந்தேனே   –பிறவுடல்
புண்ணுண்ணும்   புழுவாய்   வளர்ந்தேனே;   –இநினான்
பிணமாகி   வீழ்ந்த   பின்னாலே,   –இடுகாட்டில்,
மண்திண்ண   புதைக்க   வேண்டாமே.   ...3

"கடும்புலி   பாயும்   இடமதுவாம்;   –வான்
கழுகு   பறக்கும்   இடமதுவாம்;   –வனக்
கொடுநரி   திரியும்   இடமதுவாம்;   –கடுங்காட்டில்,
கூட்டினை   வைக்க   வேண்டுவனே.   ...4

ஊனைச்   சுவைத்த   நாத்துண்டை,   –ருசிக்கட்டும்
ஊளை   இடுகின்ற   நரிக்கூட்டம்;
புலாலால்   வளர்ந்த   புல்லுடலை   –புசிக்கட்டும்
புல்லை   உண்ணாப்   புலிக்கூட்டம்.   ...5

கானகம்   பறந்திடும்   கழுகுகள்   –என்
குடலை   உருவிப்   போகட்டும்;   –தம்
குஞ்சுக்கும்   கொடுத்துப்   பசியாறட்டும்"   –இவையேஎன்
"நெஞ்சு   நாடும்   நாட்டங்கள்"   ...6

அத்தியாயம் – 6

உள்ளம் வழி வெளியான ஒளிக்கதிர்கள்!

6.1. கரும்புச் சாறுகண்ட எறும்பு

(இருசீ ரிரட்டைச் சமனிலைச் சிந்து)

(மாலை நேரம்; ஆற்றங்கரை. குடத்தில் தண்ணீர் எடுத்துக் கொண்டு வருகிறாள் பதினாறு வயதுப் பருவப் பெண் ஒருத்தி. அப்போது அவளெதிரே இருபது வயது ஆணழகன் வருகிறான் ஒருவன். அவளைப் பார்க்கிறான்......)

ஆற்றங்	கரையோரம்	
அந்தி	வெயில்நேரம்;	
காற்றும்	கவிபாடும்	
கன்னல்	நெளிந்தாடும்.	...1
இக்கத்தில்	குடமெடுத்து	
இக்கரையயில்	அத்தைமகள்,	
நத்தையயான்று	நகர்வதுபோல்	
நடந்தாளோ,	நகர்ந்தாளே!	...2
அரும்பு	மீசைக்காரன்	
அப்போது	அருகில்வந்தான்;	
கரும்புச்	சாறுகண்ட	
எறும்பு	போலானான்.	...3
மின்னலைக்	கண்டதுமே	
கண்ணிமை	மூடுதல்போல்,	
கண்ணலைக்	கண்டதுமே	
கனிச்சேலை	மூடியதே.	...4
இருளும்	விலகிடவே	
குறும்புப்	பார்வையிட்டான்;	
இரும்பும்	இளகிடவே	
இனிதே	இயம்பலுற்றான்.	...5

(இளமைப் பருவத்தில் இருவரும் தெருவில் ஒன்றுகூடி விளையாடியவர்கள்; பழகியவர்கள். ஆனால் இப்போது......அப்படிப் பழகமுடியுமா? பழகக் கூடாதே. அவனோ, அப்போது இருவரும் பழகியதெல்லாம் இப்போது அவளிடம் எடுத்துக்கூறி நினைவூட்டி அழைக்கிறான். இதோ, அவனே அவளிடம் பேசுகிறான்:)

அன்ன	நடைநடந்து	
அழகான	பார்வையிட்டு,	
எண்ணம்	எலாமிழுக்கும்	
ஏகாந்த	கன்னியானாய்!	...6
அஞ்சு	வயதினிலே	
அஞ்சாமல்	அருகில்வந்தாய்;	
கெஞ்சும்	வயதினிலே	
கஞ்சமகள்	ஆனாயோ?	...7
கொஞ்சும்	வயதினிலே	
பிஞ்சுக்	கையினாலே,	
பஞ்சு	பட்டதுபோல்	
நெஞ்சைத்	தொட்டதுண்டு.	...8
அஞ்சு	பணம்கொடுத்து	
பெஞ்சுலே	உட்கார்ந்து,	
'மஞ்சு'	படம்பார்த்தோம்;	
நெஞ்சு	மறந்திடுமோ?	...9
அஞ்சு	வயதினிலே	
அஞ்சாமல்	அருகில்வந்து,	
கொஞ்சி	பேசியது	
நெஞ்சு	மறந்திடுமோ?	...10
பத்தாறு	வயதினிலே	
பயந்தோடிப்	போவதேனோ?	
பித்தாகிப்	போயிடுவேன்;	
பின்னாலே	சுத்திடுவேன்.	...11

ஊரை   விட்டுச்செல்வோம்;
  ஒன்றாய்   வாழ்ந்திடுவோம்;
பேரை   மாத்திக்கொள்வோம்;
  பேர்சொல்லப்   பெத்துக்கொள்வோம்.   ...12

(இவ்வாறாகப் பேசி, அழைத்த அவனை நோக்கி, அவள் என்ன பதில் கூறுகின்றாள்? அறிவுள்ள பெண்ணல்லவா அவள்! இதோ, அவளே அவனிடம் கூறுகின்றாள்...)

தாலாட்டிப்   பாராட்டித்
  தினந்தோறும்   பாலூட்டித்,
தேரான   தேகத்தைத்
  தந்தது   தாயல்லோ?   ...13

உண்ணும்   பொருள்தேடி
  உண்ணாதே   உடல்வாடிக்
கண்ணை   இமைபோலக்
  காத்தது   தந்தையல்லோ?   ...14

உண்ணாமல்   உணவெடுத்து
  உண்ணும்படிக்   கொடுத்து,
எண்ணும்படி   வளர்த்த
  என்தாயை   மறத்தலாமோ?   ...15

என்றும்   உடல்வாடி
  என்றும்   பொருள்தேடி,
என்றும்   எனைக்காத்த
  எந்தையை   மறத்தலாமோ?   ...16

அம்மாவைக்   கேட்டுவிட்டு
  அப்போதே   கட்டிக்குவேன்;
சும்மாநீ   பேசாதே;
  சுத்தாதே   பின்னாலே.   ...17

அப்பாவைக்   கேட்டுவிட்டுத்
    தப்பாமல்   கட்டிக்குவேன்;
தப்பாக   நினைக்காதே;
    அப்பாலே   சென்றுவிடு.   ...18

6.2. கயிறிழந்த பட்டம்

(இருசீ ரிரட்டைச் சமனிலைச் சிந்து)

(மாரிக்காலம்; மாமரத் தோப்பு; ஓர் ஆணழகனைச் சந்திக்கிறாள் ஒரு பருவப் பெண். அவன் அவளைப் புகழ்ந்து பேசுகிறான்; அவனுடைய புகழ்ச்சியுரைகளைக் கேட்டு அவள் மயங்குகிறாள்; அவனை விரும்புகிறாள்; அவனுடன் ஓடியும் போய்விடுகிறாள். .....ஓராண்டு வாழ்க்கைக்குப் பிறகு, அவளைப் பிரிந்து ஓடிப்போய் விடுகிறான் அவன்.....அவனுடன் அவள் வாழ்க்கை நடத்தியதற்கு இப்போது அவளுடைய வயிறே சாட்சியாக இருக்கிறது. இனி, அவளுடைய நிலை என்ன? இதோ, அவளே தன் கதையைக் கூறுகிறாள்:)

மாரிக்	காலத்திலே	
மாமரத்	தோப்பினிலே,	
யாரிலா	வேளையிலே	
யானங்குத்	தனிமையிலே.	...1
சின்னஞ்சிறு	மீசைக்காரன்	
சிரித்தமுக	மோசக்காரன்;	
கன்னங்கறு	எண்ணக்காரன்;	
கன்னிமிக	வேட்டைக்காரன்.	...2
அப்போது	அங்குவந்தான்	
அங்கெங்கும்	பார்வையிட்டான்;	
தப்பேதும்	நடந்திடுமோ?	
தவித்தது	உள்ளமம்மா!	...3
'பளிங்குக்	கல்'லென்றான்;	
பார்வை	செலுத்திவிட்டேன்;	
'நளினப்	பார்வை'யென்றான்;	
நாணித்	தலைகுனிந்தேன்.	...4

'எண்ணின்   இனிப்'பென்றான்;
   'என்னையா'   என்றுகேட்டேன்;
'உன்னைத்தான்'   என்றுசொன்னான்;
   ஓடியே   ஒளிந்துகொண்டேன்.   ...5

ஓடியே   ஒளிந்தவென்னைத்
   தேடியே   கண்டுகொண்டான்;
நாடியே   நிற்பதுபோல்
   நாட்டத்தைச்   செலுத்திவிட்டான்.   ...6

'வாடியே   போகும்முன்னே
   சூடியே   கொள்க'வென்று,
பாடியே   பூவைத்தந்து
   பாதையை   நோக்கிச்சென்றான்.   ...7

(தனிச்சொல் பெற்றுவந்த இருசீரிரட்டைச் சமனிலைச் சிந்து)

பாடிச்சென்ற   பாடலிதோ; –அன்றவன்,
   பாடிச்சென்ற   பாடலிதோ;
நாடவைத்த   பாடலிதோ; –அன்றென்னை,
   நாடவைத்த   பாடிலிதோ.   ...8

வாடவைக்கும்   பாடலிதோ; –இன்றென்னை,
   வாடவைக்கும்   பாடலிதோ;
பாடவைக்கும்   பாடலிதோ; –இங்கென்னைப்
   பாடவைக்கும்   பாடலிதோ.   ...9

"தும்பைப்பூ   பாதத்தை–நான்
   தூக்கத்திலே   காண்பனடி;
நம்பியே   எழுந்தாலோ–நெஞ்சு
   ஏக்கத்திலே   நோவுமடி.   ...10

பக்கத்திலே   இல்லேனா–எனக்குப்
   பாதியுயிர்   போகுமடி;
தூக்கத்திலே   இருந்தாலும்–அந்த
   மீதியுயிர்   நோகுமடி.   ...11

இலவுவிட்ட   பஞ்சாவேன்–அப்போ
   நீயெனக்கு   இல்லேனா;
நிலவுதொட்ட   நெஞ்சாவேன்–எப்போதும்
   நானுனக்கு   உண்டானா."   ...12

(வஞ்சித்துறை)

பண்ணைப்   பாடிப்பார்த்தேன்;
என்னை   நான்மறந்தேன்;
என்இல்   நானும்சென்றேன்;
என்உள்   அவனிருந்தான்.   ...13

உள்ளம்   நாடியதால்
உடல்   வாடியதே;
கண்கள்   தேடினவால்
கால்கள்   ஓடினவே.   ...14

(தனிச்சொல் பெற்றுவந்த
இருசீ ரிரட்டைச் சமனிலைச் சிந்து)

அன்னையை   அழவிட்டு,
   அப்பனையும்   அவமதித்து, –அவனை
உன்னியே   ஓடிவந்து,
   உலகறிய   ஒன்றானேன்.   ...15

ஒன்றான   என்னைவிட்டு
   ஓராண்டில்   ஓடிவிட்டான்; –இப்போ
உண்டான   உயிருக்கு
   உருவளரும்   பருவமம்மா!   ...16

பருவ   வயதினிலே
   பற்றிக்கொண்ட   கோளாறு; –இது
கருவாகி   உருவாகிக்
   காணுங்காலம்   நாளாறு.   ...17

நாலாறு   மாதம்வரை
   நானிருக்கும்   காலவரை; –பின்
ஆழாறு   பாலாறு
   ஆதரிக்க   ஆளாரு?   ...18

(இருசீ ரிரட்டைச் சமனிலைச் சிந்து)

பாலில் கலந்த   நஞ்சு
   பார்த்தால்   தெரியாதம்மா!
ஆளின் பரந்த   நெஞ்சும்
   அப்படியே   அப்படியே.   ...19

சுற்றிவரும்   சுழல்காற்று
   செல்லுமிடம்   தெரியாதம்மா!
பற்றிவரும்   ஆளின்போக்கும்
   அப்படியே   அப்படியே.   ...20

கயிறிழந்த   பட்டம்
   கலங்கிக்கீழ்   வீழுமம்மா!
அறிவிழந்த   பெண்டும்
   அப்படியே   அப்படியே.   ...21

அத்தியாயம் – 7

இதயம் கவர்ந்த இளந்தளிர்கள்

7.1. பூச்சரங்கள்

(நடுவடி மடக்கி வந்த சிந்துப் பாக்கள்)

வண்ணச்	சிறகடித்து	வான்வழி	பறக்கும்
வண்ணத்துப்	பூச்சிகளே;	–பறக்கும்	
வண்ணத்துப்	பூச்சிகளே;	–கண்ணுக்குக்	
கவின்தரு	பூச்சரங்கள்!		...1

கண்ணில்	ஒளிகாட்டி	விண்வழி	பறக்கும்
மின்மினிப்	பூச்சிகளே	–பறக்கும்	
மின்மினிப்	பூச்சிகளே ;	–காண்போர்க்கு	
மின்ஒளிப்	பூச்சரங்கள்!		...2

சந்தத்	தமிழாலே	சங்கக்	கவிபாடும்
சுந்தரக்	கவிதைகளே;	–பாடும்	
சுந்தரக்	கவிதைகளே;	–நெஞ்சுக்கு	
மந்திரப்	பூச்சரங்கள்!		...3

கதிரோன்	எழுந்தவுடன்	கருத்துடன்	படிக்கும்
கண்மணிக்	குழந்தைகளே;	–படிக்கும்	
கண்மணிக்	குழந்தைகளே;	–யாவர்க்கும்	
பொன்மணிப்	பூச்சரங்கள்!		...4

பஞ்சு	பட்டதுபோல்	நெஞ்சு	தொட்டிடும்
பிஞ்சுக்	குழந்தைகளே;	–தொடும்	
பிஞ்சுக்	குழந்தைகளே;	–பெற்றோர்க்குக்	
கொஞ்சும்	பூச்சரங்கள்!		...5

அன்னையும்	பிதாவும்	முன்னறி	தெய்வம்
அறிந்த	பாலர்களே;	–இதை	
அறிந்த	பாலர்களே;	–தெய்வ	
மணம்கமழ்	பூச்சரங்கள்!		...6

கல்வி	புகட்டிடும்	குருவை	மறவாத
சீர்மிகு	சிறுவர்களே;	–நல்ல	
சீர்மிகு	சிறுவர்களே;	–புவியில்	
பேர்பெறும்	பூச்சரங்கள்!		...7

[**குறிப்பு:** திருச்சி வானொலி நிலையத்தில் 31.07.1991 அன்று இப்பாடல் ஒலிபரப்பப் பெற்றது.]

7.2. வினை செய்து வளர்ந்திடு

(இருசீ ரிரட்டைச் சமனிலைச் சிந்து-இசைப்பா)

(எடுப்பு)

வினைசெய்து   வளர்ந்திடு   தம்பி –நல்
வினைசெய்து   வளர்ந்திடு   தம்பி

(தொடுப்பு)

துளிதந்து   பார்த்திடும்   விண் –உயிர்க்குத்
தளிர் தந்து   காத்திடும்   மண்.

(முடிப்புகள்)

என்றுமே   நவிலாதே   பொய் –நீ
இம்மையில்   நல்வினை   செய்; –இதை
ஏற்காத   நெஞ்சமே   பேய் –தம்பி
ஏற்காத   நெஞ்சமே   பேய்!   ...1

மூத்தோரின்   வழியிலே   செல் –பிறர்
முன்னேற   வழிகளைச்   சொல்; –இதை
வளர்க்காதோர்   வடிவமே   புல் –தம்பி
வளர்க்காதோர்   வடிவமே   புல்!   ...2

இன்பாக்கும்   உரைகளைக்   கேள் –பிறர்
துன்பாக்கும்   உளறலைத்   தள்; –இதைப்
பின்பற்றார்   உள்ளமே   முள் –தம்பி
பின்பற்றார்   உள்ளமே   முள்!   ...3

பண்பட்ட	கருத்தினை	உண் –உம்மைப்	
பண்பாக்கும்	காட்சியைக்	காண்; –இதைப்	
பேணாத	கண்களோ	புண் –தம்பி	
பேணாத	கண்களோ	புண்!	...4
கூடியே	பாடியே	வாழ் –நீ	
கோளுக்குப்	போடணும்	தாழ்; –இதைக்	
கேளாத	செவிகளோ	பாழ் –தம்பி	
கேளாத	செவிகளோ	பாழ்!	...5
குறையிலாப்	பாதையைப்	பார் –நசையுடன்	
முறையாய்ப்	போற்றிடும்	ஊர்;	
நிறைவாய்ப்	பரவிடும்	பேர் –இசையுடன்	
நிறைவாய்ப்	பரவிடும்	பேர்!	...6

7.3. இறை காட்டும் நெறி

(சமனிலைச் சிந்து-இசைப்பா)

(எடுப்பு)

வந்தனை	செய்துநீ	வளர்ந்தால்-தெய்வ
வந்தனை	செய்துநீ	வளர்ந்தால்,-தம்பி
சிந்தனை	சிறந்துநீ	மிளிர்வாய்!

(தொடுப்பு)

இறைவன்	ஒருவன்	உள்ளான்-என்னும்
குறையிலா	இருதயம்	கொள்வாய்;-தம்பி
கறையிலை;	நிறையே	காண்பாய்!

(முடிப்புகள்)

முறைபட	வளர்த்திட்ட	போதும்-செடியை
முறைபட	வளர்த்திட்ட	போதும்,-கனி
பலன்பெறக்	காத்திட	வேணும்;

நிறைப்பட	வணங்கிட்ட	போதும்-இறையை
நிறைபட	வணங்கிட்ட	போதும்,-அருள்
பயன்பெறக்	காத்திட	வேணும். ...1

உரமிட்டு	நீரிட்டு	வளர்த்தால்-முறையாய்
உரமிட்டு	நீரிட்டு	வளர்த்தால்,-மரமோ,
தரமுள்ள	கனியிட்டுக்	காட்டும்;

கரங்கூப்பி	வழிபட்டு	வாழ்ந்தால்-முறையாய்
கரங்கூப்பி	வழிபட்டு	வாழ்ந்தால்,-இறையோ,
சிரந்தூக்கி	வழிகாட்டி	விளங்கும்! ...2

நிலமிட்டு   விதைத்திட்ட   வித்து–அதை
நீரிட்டு   உரமிட்டு   வந்தால்,–தம்பி
முளையிட்டுத்   தளிரிட்டு   வளரும்;

களையிட்டு   ஒதுக்கிட்டுக்   காத்தால்,–அதுவோ
மொட்டிட்டு   மலரிட்டுக்   காணும்;–தம்பி
பிஞ்சிட்டுக்   காயிட்டுக்   கனியும்.

கனிபிட்டு   நடுவெட்டில்   கண்டால்,–அதே
விதைவிட்டு   நிலைகாட்டும்   விந்தை!– இதுதான்
இறைகாட்டும்   நெறியாகும்   வாய்மை.   ...3

7.4. மனக்கவலை அடைந்தார்க்கு மாமருந்து

(கவின்நடை)

குழந்தையும் கவிஞனும்
குணத்தால் ஒன்று.
குழந்தை எப்போதும்
விளையாட்டுக் குணம் உடையது;
கவிஞனும் எப்போதும்
விளையாட்டுக் குணம் உடையவனே! ...1

ஆனால்......
குழந்தை நினைத்தால்
கல்லை எடுத்து விளையாடும்;
கவிஞனோ நினைத்தால்
சொல்லைத் தொடுத்து விளையாடுவான்! ...2

உள்ளத்தில் மகிழ்வுணர்ச்சி
தோன்றி வளர்ந்தால்,
குழந்தை விளையாடும்;
உள்ளத்தில் துயரவுணர்ச்சி
தோன்றி வளர்ந்தாலும்
கவிஞன் விளையாடுவான்.
இவ்வளவே வேறுபாடு! ...3

ஓரிடத்தில் குழந்தை
ஒரே பாவையினை
வைத்து விளையாட
விரும்புகிறதோ?... அல்லவே!
நித்தம்நித்தம் விரும்பும்
புத்தம்புத்தம் பாவைகளை!
பாவலனும் அப்படித்தான்! ...4

மலையைப்   பாடிய கவிஞன்
மலையையே   பாடிக்கொண்டிருக்க
விரும்புகிறானோ?...   அல்லனே!
விண்ணிலே   செல்லும்
மதியைப்   பாடுவான்;–பின்
மண்ணிலே   ஓடும்
நதியைப்   பாடுவான்;
பிறவும்   பாடுவான்!   ...5

குழந்தை   அழகுவிரும்பி
கவிஞனும்   அப்படித்தான்!
வெண்ணிலவைக்   கண்டால்–குழந்தை
துள்ளித்தள்ளி   ஆடும்;–கவிஞனோ
எண்ணிஎண்ணிப்   பாடுவான்.   ...6

விரும்பியதனைப்   பெற்றுத்தான்
குழந்தை   வளரும்!
கருதியதனைப்   பாடித்தான்
கவிஞன்   வளர்வான்!   ...7

குழந்தையின்   அமுதச் சொற்களோ
கேட்பார்க்கு   இன்விருந்து!
கவிஞனின்   வாய்மைச் சொற்களோ
அறிந்தார்க்கு   நன்விருந்து!   ...8

மனக்கவலை   அடைந்தார்க்கு
இவ்விருவருமே   மாமருந்து!   ...9

குறிப்பு: இதே பாடற்பொருள் (கவின் நடைப் பொருள்) "குழந்தையும் கவிஞனும்" என்னும் தலைப்பில் சிந்துப் பாக்களில் ஆக்கப் பெற்றுள்ளது அடுத்த பாடல்....

7.5. குழந்தையும் கவிஞனும்

(இருசீ ரிரட்டைச் சமனிலைச் சிந்து)

(எடுப்பு)

குணத்தாலே	ஒன்றாவர்–குயிலே
குழந்தையும்	கவிஞனும்!
பண்பாலே	ஒன்றாவர்–மயிலே
பாலகனும்	பாவலனும்!

(முடிப்புகள்)

ஓடியே	விளையாட–குழந்தை	
உடலோ	வேர்த்தெடுக்கும்;	
பாடியே	விளையாட–கவிஞன்	
உள்ளமோ	ஊற்றெடுக்கும்!	...1

கல்லால்	விளையாடி –குழந்தை	
தினமே	களித்திடுமே;	
சொல்லால்	விளையாடி–கவிஞன்	
மனமே	திளைத்திடுமே!	...2

உள்மகிழ்	உண்டால்தான்–குழமனம்	
உவத்துக்	கொண்டாடும்;	
உள்துயர்	உண்டாலும்–கவிமனம்	
ஊறிப்	பண்பாடும்!	...3

வேற்றுமை	இவ்வளவே; –குயிலே	
ஒற்றுமை	எவ்வளவோ?	
ஒற்றுமை	வேற்றுமையில் –மயிலே	
உற்று நீ	நோக்கிடுக!	...4

பாவை		ஒன்றானால், –பாலகன்
	மறுநாள்		விரும்பிடுவோன்;
நாளும்		அதுவானால், –பாலகன்
	மறுத்தே		வெறுத்திடுவான்!		...5

பாவை		புதுபலவே –பாலகன்
	பெற்றே		பார்த்திடுவான்;
பொருளே		புதுபலவே –பாவலன்
	புரிந்தே		யாத்திடுவான்.		...6

பனிமலை		பார்த்தாலோ –பாவலன்
	பாடியே		புகழ்ந்திடுவான்!
பனிமலர்		பார்த்தாலோ –பாவலன்
	பாடியே		திகழ்ந்திடுவான்!		...7

விண்மதி		கண்டாலோ –கவிஞன்
	மிதந்தே		களித்திடுவான்!
மண்நதி		கண்டாலோ –கவிஞன்
	நீந்தியே		திளைத்திடுவான்		...8

ஒளிநிலா		வந்தாலோ –குழமனம்
	ஓடிடும்		துள்ளித்துள்ளி!
பால்நிலா		வந்தாலோ –கவிமனம்
	பாடிடும்		எண்ணிஎண்ணி!		...9

விரும்புதல்		பெற்றேதான் –குழமனம்
	வளத்தரம்		வளர்ச்சிபெறும்;
கருதுதல்		புனைந்தேதான் –கவிமனம்
	கவித்திறம்		வளர்ச்சியுறும்.		...10

(வேறு)

குழந்தையின்	அமுதச்சொல் –மனத்தைக்
கனிப்பாக்கும்	இன்விருந்து!
கவிஞனின்	வாய்மைச்சொல் –மனத்தைக்
கனிவாக்கும்	நன்விருந்து! ...11
குழந்தையின்	இன்மொழியும்,
கவிஞனின்	நன்மொழியும்–கவலைக்
கனமுள்ள	மனத்தாரைக்
குணமாக்கும்	மாமருந்து! ...12

அத்தியாயம் – 8

வாழ்வில் தோன்றிய வற்றாத ஓடைகள்

8.1. வாழ்வில் தோன்றிய வற்றாத ஓடைகள்

(பல்வகைச் சந்தநடையுடைய சிந்துப்பாக்கள்)

(1)

ஏட்டுப்	படிப்பறிவைப்	
	படித்துப்	பெறலாம்;
நாட்டுப்	பட்டறிவைப்	
	பழகியே	பெறமுடியும்.
முன்னையது	உடல்;	
	பின்னையது	உயிர்.

(2)

காட்சிக்கு	எளியனாய்	
	இருத்தல்	வேண்டும்;
பேச்செலாம்	அளவாய்	
	வெளியாதல்	வேண்டும்;
மூச்செலாம்	அறிவாய்	
	மிளிர்தல்	வேண்டும்;
மெச்சும்படி	ஆக்கம்	
	புரிதல்	வேண்டும்.

(3)

நெருங்கிப்	பழகுவோரெலாம்	
	நியாயமா	னோரென்று,
நினைந்து	ஏமாறாதே;	
நெருங்கிப்	பழகுவோரை	
	ஏமாளிய	ரென்று,
எண்ணி	ஏமாற்றாதே.	

(4)

எரியும் வீட்டின்மேல்
எண்ணெய் ஊற்றியே,
"அணைவதற்கு நானும்தான்
தண்ணீர் ஊற்றினேன்;
என்செய்வது என்பார்"
வேதனைப் படுதல்போல்
பாவனைக் காட்டியே
வேடிக்கை பார்க்கும்
பாதகரும் உளரே!

(5)

கருவாகி உருவாகிக்
கடவுளாகப் பிறக்கிறான்; – பின் மாசிலா
மனிதனாக வளர்கிறான்; –சூழ்நிலை
மனிதனாக வாழ்விக்கும்;
மிருகமாகவும் மாற்றும்!

(6)

பிறக்கும்போது சாதுவாகப்
பிறக்கிறான்;
வளரும்போது சூதுடன்
வளர்கிறான்; –பிணமாகிப்
போகும்போது ஏதுமின்றிப்
போகிறான்!

(7)

காசுஉள்ள மனிதனே
  மாசுபட்டு வாழ்கிறான்;
பணம்உள்ள மனிதனே
  குணம்கெட்டு வாழ்கிறான்;

காசுஇல்லா மனிதனோ
கவலைபட்டு வாழ்கிறான்;
பணம்இல்லா மனிதனோ
மனம்கெட்டு வாழ்கிறான்;
'அளவோடு பெற்றால்
வளமோடு வாழலாம்"

(8)

பேசாதே பேசாதே–பிறரைப்
பழித்துப் பேசாதே;
கேட்காதே கேட்காதே–பிறரைப்பிறர்
பழித்தலைக் கேட்காதே.

வீணான கதைபேசும்–வாயர்முன்னே
செவிடுகுருடாய் வீற்றிருந்து,
செம்மையாய்ப் பணிபுரிதல்
இம்மைக்கு வாழ்வளிக்கும்.

(9)

திருக்குறள் கற்றுத்தர–முழுத்
தகுதியாதல் அறிதே;–ஓரளவு
தகுதியாதல் வேண்டும்......
"அழுக்காறு அவாவெகுளி
இன்னாச்சொல் நான்கும்
இழுக்கா இயன்றதறம்"
இக்குறள் கருத்தே
"இதயம்" போன்றது;
இதனைப் பற்றுவோர்
"இமயம்" போலுயர்வர்.

(10)

நன்னூல் பயின்று,
நல்லுரை நவின்றாலோ
நல்வழிச் சென்றாலோ, –இந்த
நிலையிலா உலகோர்,
நகைத்தே நாட்டுவர்
நிலையான பட்டத்தை! –அதுவே,
"பயித்தியக் காரன்"

(11)

மகளிரிடம் நின்று.
மாசின்றிப் பேசினாலோ
களங்கின்றிப் பார்த்தாலோ, –இந்தப்
பொல்லாத உலகோர்,
வருந்தும் படி வழங்குவர்
பொருந்தாத பட்டத்தை! –அதுவே
"பெண்கள் பித்தன்"

(12)

சான்றோரைப் பின்பற்றிச்,
சத்துவவழிச் சென்றாலோ
சத்தியமொழிச் சொன்னாலோ, –இந்தச்
சால்பில்லா உலகோர்,
சஞ்சலமுறச் சாற்றுவர்
பாங்கில்லாப் பட்டத்தை! –அதுவே
"பிழைக்கத் தெரியாதவன்."

(13)

"கவலையும் தோல்வியும்-நல்ல
காலம் வரவிருத்தலைக்
கணித்துக் காட்டுவன" –என
நினைத்து வாழ்ந்திருத்தலே
நெஞ்சுக்கு நிம்மதியாகும்.

(14)

தோல்விமேல்
ஊசிகுத்த
கவலைமேல்
தாங்கிக்கொள்ள

தோல்விகள் –உடலில்
இடமில்லை;
கவலைகள் –மனதில்
பலமில்லை.

தோல்விகளைத்
கவலைகளை
வழி என்ன?
விழிபிதுங்க
"பின்னால்
முன்னால் தெரிவிக்கும்
தோல்விகளும்
மனநலமருந்து
மனஅமைதி

தாங்கிக்
மறக்க
வழி என்ன?
வேண்டாம்.
நல்வாழ்வினை
நல்வினைகளே
கவலைகளும்" –ஆம்,
இந்நினைவே!
அடைவாய்.

(15)

கலியாணத்திற்கு
கவலைக்கடலில்
கரையேறுகிறான்...........
கலியாணத்திற்குப்
கவலைக்கடலில்
மூழ்குகிறான்...........

முன்னே,
நீந்துகிறான் –பின்

பின்னே,
நீந்துகிறான் –பின்

(16)

நல்லவனை
நாள்பல
அல்லவனை
அல்லலுற்று
அலைநீருலக

நாடறிய
கழியும்;
அன்றே நம்பி –மனம்
அழியும்; –இது
நடைமுறை!

(17)

பார்த்தோ   பழகியோ –மனிதர்களைப்
புரிந்துகொள்ள   இயலா; –காரணம்?
"பச்சோந்தி   வேடதாரிகள்"
பாரினில்   பலருளரே.

(18)

மரியாதை   என்பது
மளிகைக்கடைச்   சரக்கல்ல;–அது
மதியின்   வினை!
நதிநீர்போல்   வளைந்துவரும்.

(19)

"இலஞ்சம்   வாங்குபவன்
இலட்சிய   வாதி –அவனே உலகின்
இலாவக   வாதி!
இலஞ்சம்   வாங்காதவன்
அலட்சிய   வாதி –அவனே உலகின்
அசட்டு   வாதி!" –இதுவே
இலட்சணம்   ஆகி
இயங்கி   வருகிறது.

இலஞ்சம்   வாங்குவோன் –பிறருடலை
ஒட்டி   உறிஞ்சும்
அட்டை   போல்வான்;–அவனை
அணுகி   உரைத்தாலும்,
அணுவளவும்   மாறான்; –மரத்தைப்
படர்ந்து   அரிக்கும்
கரையான்   போல்வான்; –சமுதாயப்
புரைபுண்   போல்வான்.

(20)

உள்ளத்தைப்	பண்படுத்தும்
எண்ணத்தை	விரிவாக்கும்
கவலையைப்	போக்கும்
களிப்படையச்	செய்யும்–அதுவே,
"கவின்தமிழ்க்	கவிதை!"

அத்தியாயம் – 9

இனியோர்க்கு அளித்த இதயக் கனிகள்

9.1. இனிய இதய வாழ்த்து

(இருசீ ரிரட்டைச் சமனிலைச் சிந்து)

சூப்பர் ஸ்டார்	ரஜினிகாந்த் –நம்	
இதயம் கவர்	காந்தமன்றோ! –அண்ணல்	
பிறந்தநல்	நாளே	
சிறந்தநல்	நாளாமாகும்.	...1

(முச்சீ ரிரட்டைச் சமனிலைச் சிந்து)

துடிப்புள்ள	இளைஞர்	கூட்டம் –அண்ணல்
நடிப்புள்ள	படத்தில்	நாட்டம்;
நாட்டுக்கொரு	நல்லோன்	நீரே,
நடிப்புக்கொரு	வல்லோன்	நீரே. ...2
விண்ணிலே	தோன்றும்	மீன்கள்
மண்ணிலே	கூடினால்	போல்,
கண்ணிலே	உம்மைக்	கண்டால்
கண்மணி	இரசிகர்	கூட்டம். ...3
உற்றார்க்குத்	துணையாய்	நிற்பீர்
மற்றோர்க்கும்	துணையாய்	நிற்பீர்;
பெரும்புகழ்	பெற்று	நிற்பீர் –இன்று
பிறந்தநாள்	வாழ்த்து	கேட்பீர். ...4
இல்லற	வாழ்க்கைக்கு	ஏற்ற
இன்துணை	பெற்றாய்	அன்றோ;
நல்லறம்	செழித்து	ஓங்க
நல்லாசி	பெற்றாய்	அன்றோ. ...5

இனி;
உயர்தனி   விருது   பலவும்
உவந்தே   பெறுவாய்   நன்றே;
உளநளம்   பலவும்   பெற்று
உயர்வாய்   இனிதே   வாழி!   ...6

இராக   வேந்திர   சுவாமிகளின்
வேத   மந்திர   தியானங்களால்,
மேகம்   திகழ்   பூமியறிய
மோகம்   கொள்ளும்   மூர்த்தியாவீர்!   ...7

(இருசீ ரிரட்டைச் சமனிலைச் சிந்து)

தங்கள்,
தப்பில்லா   நற்குணத்தால் –உலகில்
ஒப்பில்லா   தலைவனாவீர்! –இதோ
இனிய நல்   உள்ளங்களின்
இனியஇதய   வாழ்த்து!   ...8

குறிப்பு: சூப்பர் ஸ்டார் **திரு. ரஜினிகாந்த்** அவர்களுக்கு வழங்கிய வாழ்த்து பாமாலை.

9.2. வண்ணத் திரைநிலவு

(இருசீ ரிரட்டைச் சமனிலைச் சிந்து)

கன்னித்	தமிழிளைஞர்
எண்ணத்	திரையினிலே,
மின்னித்	திகழ்ந்திடும்
வண்ணத்	திரைநிலவே! ...1
உமது,	
உருவைக்	கண்டாலோ - இளைஞர்
திருவிழா	கூட்டம்;
திருவைக்	காணுதல்போல்,
கருவிழி	நாட்டம்! ...2
உமது,	
தோற்றம்	கண்டாலோ –இளைஞர்
ஏற்றம்	கொள்கின்றார்;
கூற்றம்	தடுத்தாலும்
போற்றித்	திளைத்திடுவார்! ...3
உமது,	
திரையைக்	கண்டாலோ –இரசிகர்
இறையைக்	காண்பதுபோல்,
நிறையைப்	பெறுகின்றார் –நீவிர்,
குறையிலாப்	புகழ்பெற்றீர்! ...4
நீவிர்,	
திரையுலகில்	உள்ளவரை
பிறைவளர்தல்	போலாகும்; –ஆம்!
நட்சத்திர	மோகம்
நாளும்	வளரும்! ...5

பின்னர்,
நட்சத்திர   மோகம்
நாளும்   தேயும்;
பிறைதேய்தல்   போன்றே; –இது
திரையுலக   வரலாறு!   ...6

நீவிர்,
திரையுலக   வித்தகருள்
"உயர்தனி   விண்மீன்" எனப்
பார்புகழ்   விருதடைந்தீர்;
பேர்திகழ்   விண்மணியே!   ...7

விண்தவழ்   கருமேகம்
தண்மழை   தருதல்போல் –எளியோர்க்கு
வண்கை   தருவோரே
மண்புகழ்   நிலையடைவார்.   ...8

பொன்மனச்   செம்மல்போல்
இன்னொருவர்   இல்லையெனும்
நிலையினை   நீக்கிடவே,
கலையுலகில்   விளங்குகவே!   ...9

குறிப்பு: சூப்பர் ஸ்டார் **திரு. ரஜினிகாந்த்** அவர்களுக்கு வழங்கிய வாழ்த்து பாமாலை.

அருஞ்சொல் பொருள்கள்:

- வண்ணத் திரைநிலவு = திரு. ரஜினிகாந்த் அவர்களைக் குறிக்கும்
- திருவை = இறைவனை
- ஏற்றம் = உயர்வு
- கூற்றம் = இயமன்
- திரையை = திரைப்படத்தை

- இறையை = இறைவனை
- நிறையை = மனநிறைவினை
- உயர்தனி விண்மீன் = சூப்பர் ஸ்டார்
- பேர்திகழ் = புகழ்திகழும்
- விண்மணியே = கதிரவனே
- வண்கை = கையால் கொடை

9.3. தேனிசைச் செல்வர்

(நேரிசை ஆசிரியப்பா)

முக்கனி	வென்ற	முத்தமிழ்	நாட்டு
முப்பால்	முனிவன்	கல்லூரி	முதல்வரும்,
கருவினை	அகற்றிக்	களங்கற	வாழப்
பெருநெறி	காட்டும்	பேரா	சிறியரும்,
கற்றவர்	மனத்தைக்	களங்கறச்	செய்யும்
நற்றமிழ்	கற்கும்	நன்மா	ணாக்கரும்,
அத்தனை	பேரும்	அன்புடன்	கூடி
அகத்தும்	புறத்தும்	இன்பினில்	மூழ்கி,
நாமகிரிப்	பேட்டை	கிருஷ்ண	னென்றே
நாமமது	கொண்ட	நல்லீர்	உமக்கு,
வருகென	அழைத்து	இருகை	இருத்தி
பெறுகென	அளித்த	பேருரை	இதுவாம்.
நாகம்	ஆட	நன்கனம்	ஒலிக்கும்
நாகம்	அடங்க	நன்கனம்	ஒலிக்கும்
நாகம்	நகர	நன்கனம்	ஒலிக்கும்
நாகம்	பொழிய	நன்கனம்	ஒலிக்கும்
நாகம்	உதிர்க்க	நன்கனம்	ஒலிக்கும்
நாக	சுரத்தில்	நலம்பெற்	றனையே!

எனவே

உயர்தனி	விருதே	உமக்குப்	பலப்பல
உயர்வோர்	சூட்டி	உவந்தனர்;	வாழி!
யாமே,			

"தீந்தொடை கொண்டு தேனிசை பொழியும்
தீந்தமிழ் நாட்டுத் தண்கதிர் மணியே!
தென்றலும் மயங்க இன்னிசை ஊட்டும்
தென்றமிழ்ச் செல்வ! தேனிசை மருக!
கவியுளம் விரும்பும் கனிகளைப் பிழிந்து
செவியகம் தரூஉம் சேலத்து இசையே!
இசையால் திசையெலாம் இசைபெறும் வேந்தே!
நனைமிகு தீங்குழல் நன்மா மணியே!'"

என்றெலாம் விளித்தே, உள்ளெலாம் களித்தே,
தேனிசைச் செல்வரெனச் செவ்விருது அளித்தே
வாழ்க வாழ்கென வாழ்த்தி
வருக வருகென அழைப்போம் அன்றே.

குறிப்பு: நாதசுர வித்வான் நாமகிரிப் பேட்டை திரு. கிருஷ்ணன் அவர்களுக்குத் "தேனிசைச் செல்வர்" என்னும் விருது அளித்துப் பாராட்டி வழங்கிய "வரவேற்பு வாழ்த்துப் பா".

பிற்சேர்க்கை

சொல்தொடர் பொருள் விளக்கங்கள்

(அ)

- **அகப்பகை அறுத்து** = உள்ளத்திலுள்ள பகையாகிய பாவத்தை நீக்கி, (அகப்பகை-6, காமம், குரோதம், உலோபம், மோகம், மதம், மாற்சரியம்)

- **அகத்தை (அவர்க்கு)** = உள்ளத்திலுள்ள தேசப்பற்றினை

- **அசட்டுவாதி.....** = எதனையும் அறியாத அறிவில்லாதவன் (அசடு = பேதைமை; கீழ்மை)

- **அடிமைத் தளையை** = தொண்டுபடும் தன்மையாகிய கட்டினை

- **அட்சய பாத்திரம் குறையும்** = உணவுக் கலத்திலுள்ள குறையாத உணவு குறையும் (மிகுந்து கொண்டே சென்ற ஊதியம் குறையத் தொடங்கும்)

- **அணியாய்த் திகழும்** = அழகாக விளங்கும்

- **அத்தரை மீது** = அந்தத் தரையின் மீது (மேலுலகத்தில்)

- **அத்தன்** = கடவுள்

- **அநுதின நினைவே** = நாள்தோறும் நினைத்திருத்தலே

- **அருக்கதேவன்** = சூரியன்

- **அருவுரு திருவுரு** = உருவம் இல்லாத கடவுள்

- **அருள் தரு ஒளி** = அருளைத் தரும் ஒளி (கடவுள்)

- **அருள் பெறும் ஆறு** = அருளை அடையும் வழி

- **அலட்சியவாதி** = லட்சியம் இல்லாதவன் (உயர்ந்த கொள்கையைக் கடைப்பிடிக்காதவன்)

- **அலைநீர் உலகம்** = கடலால் சூழப்பெற்ற உலகம்

- **அல்லவை** = நல்லவை அல்லாதவை (தீமைகள்)

- **அவ்வுலகு** = அந்த உலகம் (மேலுலக இன்பம்)

- **அழல்** = நெருப்பு

- "அழுக்காறு ...அறம்" (குறள்)

  –பொறாமை, ஆசை, சினம், கடுஞ்சொல் ஆகிய இந்த நான்கு குற்றங்களுக்கும் இடங் கொடுக்காமல் அவற்றைக் கடிந்து ஒழுகியதே அறமாகும்

  – மு.வ. திருக்குறள் தெளிவுரை

- **அளந்தாடு மனிதர்** = குற்றம் என்று தெரிந்திருந்தும் அதனை நியாயப் படுத்தித் தருக்கம் புரியும் மனிதர்
- **அள்ளும் மலராவாய்** = பிறர் உள்ளத்தைக் கவரும் மலர் போன்ற மென்மையான மனமுள்ள புகழ்மிக்க மனிதனாவாய்
- **அன்மை** = தீமை
- **அன்ன** = அத்தன்மையான

(ஆ)

- **ஆக்ககம்** = உயர்ந்த உள்ளம் (ஆக்கம்=உயர்வு; அகம்=உள்ளம்)
- **ஆசிய சோதி அணைந்ததே** = நம் பிரதமர் நேரு மறைந்துவிட்டாரே
- **ஆசை வரம்பில்லா வாழ்வு** = ஆசைக்கு எல்லை இல்லாமல் பேராசையுடன் வாழும் வாழ்வு
- **ஆதபம்** = வெப்பம்
- **ஆதியில் வேண்டினால்** = ஒரு செயலைத் தொடங்கும்முன் முதலில் கடவுளை வணங்கி வேண்டிக்கொண்டால்.
- **ஆரல்** = நெருப்பு
- **ஆய்வகம்** = ஆராயும் தன்மை உடைய உள்ளம்
- **ஆவிக் கட்டை அடங்கும் முன்னே** = உயிர் உடலைவிட்டு நீங்கும் முன்பாக (கட்டை = உடல்)
- **ஆழாறு** = ஆழமுள்ள ஆறு (ஆழ் + ஆறு)
- **ஆளாரு** = ஆள் யாரு (ஆள் + ஆரு)
- **ஆளுமணி** = நாட்டை ஆட்சிபுரியும் கட்சி (ஆளும் + அணி)
- **ஆளுமியல்** = நாட்டை ஆளும் முறைகளைத் தெரிவிக்கும் நூல்
- **ஆளும் உவமப் பொருள்** = பிறர் நம்மைப் புகழ்ந்து எடுத்துக்காட்டும் பொருள்
- **ஆறா நசிக்கும்** = குணமாகாமல் அழிக்கும்
- **ஆறுவைத்த திருமுடியில்** = கங்கை ஆற்றினை வைத்துள்ள அழகிய முடியில்

(இ)

- **இசைபெறு வேந்தே** = புகழ்பெறும் தலைவரே
- **"இணரூழ்த்தும்.........தார்"** –(குறள்)

  –தாம் கற்ற நூற்பொருளைப் பிறர் உணருமாறு விரித்துரைக்க முடியாதவர். கொத்தாக மலர்ந்திருந்தபோதிலும் மணம் கமழாத மலரைப் போன்றவர்

  – மு.வ. திருக்குறள் தெளிவுரை

- **இதயக் கூடு** = நெஞ்சு
- **இதம்தனில் இதம் தரும்** = நெஞ்சத்தில் இனிமை தரும்
- **இத்தரை மீது** = இந்தப் பூமியின்மீது வாழ்கின்ற காலத்தில்
- **இருகை யிருத்தி** = இரண்டு கைகளையும் கூப்பி; வணங்கி
- **இருசுடர்** = சூரியன் சந்திரன்
- **இருமலர்ப் பாதம்** = இரண்டு மலர்போன்ற புனிதமான பாதங்கள்
- **இருள்பகை அறுக்கும் பகவானே** = இருளாகிய பகையை நீக்கிப் பகலை உண்டாக்குபவனே! (சூரியனே)
- **இரை காணவே கண்விரிப்பர்** = தமக்கு ஆதாயம் காணவே தம்முடன் சேர்த்துக்கொள்ள நோக்குவர்
- **இரை யாறு** = அருவி (இரை = ஒலி)
- **இலட்சணமாகி** = மதிப்பு ஆகி
- **இலட்சியவாதி** = உயர்ந்த குறிக்கோளுடையவன் (இலட்சியம் = மதிப்பு)
- **இலந்தையளவு** = இலந்தைப் பழம் போன்ற சிறிய அளவு (குறுமன நோக்கு என்பதைக் குறிப்பிடுதலுக்காக இத்தொடர் அமைக்கப்பட்டுள்ளது)
- **இலவுவிட்ட பஞ்சாவேன்** = இலவ மரத்திலுள்ள இலவங்காய் முற்றிக் காய்ந்து வெடித்தால், அதிலிருந்து வெளியாகும் பஞ்சு, சிறிதுசிறிதாகப் பிரிந்து, காற்று வீசும் போக்கில் பறந்து செல்லும்; கீழே விழும்; பின்னர் பறக்கும்–இத்தகைய நிலையில்லாத கவலையடைந்த மனத்தை உடையவன் ஆவேன்

- **இலாவகவாதி** = காலத்திற்குத் தக்கவாறு வாழ்ந்து பிழைக்கத் தெரியாதவன் (இலாவகம் = சாமர்த்தியம்)
- **இல்லாமை வேண்டுகிறேன்** = இவ்வுலகில் நீண்ட நாட்கள் உயிருடன் வாழாமல் இருக்க வேண்டுகிறேன்
- **இறுதிப் பருவம் வந்தும்** = முதுமை வயது வந்தும்
- **இன்பினில் மூழ்கி** = இன்பத்தை அடைந்து
- **இன்னே** = இப்பொழுதே

(ஈ), (உ)

- **ஈர்கொம்பில்** = இரண்டு தந்தங்களில்
- **ஈறுநோய்** = பற்கள் நிற்கும் தசை நோய்
- **ஈனவரே** = இழிவானவர்
- **உடுபதி** = 27 நட்சத்திரங்களுக்கும் கணவன் சந்திரன்; எல்லா நட்சத்திரங்களுக்கும் தலைவன் சூரியன். ஆதலின், இருவருக்குமே உடுபதி என்பது பெயராயிற்று, (உடு = நட்சத்திரம்; பதி = கணவன்; தலைவன்)
- **உணரவே காட்டிச் சொல்லி** = உணர்ந்துகொள்ளவே எடுத்துக்காட்டிச் சொல்லி
- **உண்டிப்பை பித்தம் மண்டை நோவும்** = வயிறு, பித்தம், தலை சம்பந்தப்பட்ட நோய்களும்
- **உபாதி** = வேதனை; நோய் (உபாதம்)
- **உயிர்க்கூண்டை** = உயிருள்ள உடலை
- **உயிர்ப்புனல்** = இரத்தம்
- **உருத்ரமூர்த்தியா திருவுரு பூண்ட** = சிவனைப் போலப் பெருங் கோபங்கொண்டு தெய்வவடிவம் கொண்ட (உருத்திரம் = பெருங்கோபம்; மூர்த்தி = கடவுள்)
- **உருவே இல்லாத் தருவிலே** = குறிப்பிட்டுக் கூறும்படியான வடிவம் இல்லாத மரத்திலே
- **உரைபுகழ் தரிக்கும்** = புகழ்சொல்லைப் பெறும் (உரைபுகழ் – புகழ்உரை)

- **உழற்றுதல்** = உடம்பு நோயால் புரளுதல்
- **உளத்துக்கு வரை** = உள்ளத்திற்கு எல்லை
- **உளம் இருந்து ஒளிரும்** = நம் உள்ளத்துள் புகுந்து இருந்து நம் நாவின் வழியே ஒளிர்விடும் (தெய்வம்)
- **உள்ஒளி** = உள்ளத்தில் இருக்கும் ஒளி (கடவுள்)
- **உறுகண்** = துன்பம்; நோய்
- **உறுதிப்பொருள்** = நல்லறிவு தந்து உயர்விக்கும் பொருள்
- **உன்னதமோ?** = உயர்ந்தநிலை ஆகுமோ?
- **உன்னியே** = நினைத்தே

(ஊ)

- **ஊகம்** = படைவகுப்பு; கருத்து
- **ஊசிமுனை காசு போலாம்** = ஊசிமுனையில் வைக்கப்பட்ட காசு, நிற்காமல் உடனே கீழே விழுதல் போலாகும் (இத்தகைய காசுபோல, வாழ்வில் சரிவு அடைந்து வருந்துவர்)
- **ஊசைப் பருப்பு** = சுவைகெட்ட நிலக்கடலைப் பருப்பு
- **ஊதியம் காணலாம்** = நன்மை பெறலாம்
- **ஊமைத்துரை** = வீரபாண்டிய கட்டபொம்மனின் தம்பி நாட்டுப்பற்றுக் கொண்டு ஆங்கிலேயர்களை எதிர்த்துப் போரிட்டு வீரமரணம் அடைந்தவர்
- **ஊர்கொண்டு நிற்கும் நீயும்** = ஊரை ஆளுகின்ற பொறுப்பை ஏற்று நிற்கும் நீயும்
- **ஊர்முகம்** = படைகள் போரிடும் இடம்
- **ஊழையர்** = பித்தர்
- **ஊளை** = நரிமுதலிய ஒலிடுஞ்சத்தம்
- **ஊனவரே** = குற்றமுடையவரே
- **ஊனுண்டு ஊனை வளர்க்கிறோம்** = பிற உயிருடலின் மாமிசத்தைத் தின்று. தம் உயிருடலை வளர்க்கிறோம்

(எ)

- **எங்கு மணம்** = எவ்விடத்தும் நறுமணம்
- **எண்குணத்தாய்** = சிவபெருமானே! (எட்டுக் குணங்கள்– வினைத் தொடர்பின்மை, மூப்பின்மை, மரணமின்மை, துயரின்மை, உணவு நசையின்மை, நீர்வேட்கையின்மை, விரும்பியதைத் தவறாது பெறுத்தன்மை, தவறாமல் நிறைவேறுங் கருத்துடைமை)
- **எண்ணின் இனிப்பு** = நினைத்தாலே மகிழ்ச்சி
- **எதிரணி** = எதிர்க்கட்சி
- **எதிர் ஏற்றத்தைப் போற்றிவிடு** = எதிர்க்கட்சியினர் மக்களுக்காகச் செய்யும் நற்செயல்களைப் பாராட்டிடுக
- **எதிர்ப்பிலும் ஆக்கமே நோக்கம்** = எதிர்க்கட்சியை எதிர்ப்பதிலும் மக்களின் நல்வாழ்வைக் கருதியே எதிர்த்தலை நோக்கமாகக் கொள்ளுதல் வேண்டும்
- **எத்தரை ஏற்ற** = ஏமாற்றுவோரை–பகைவரை–நீக்க
- **எம்மதம்** = எல்லா மதமும்
- **எழில் நிறைந்த வித்தகர்கள்** = அழகு–தொழில் திறமை மிகுந்தவர்கள்.
- **எழுநா** = நெருப்பு
- **என்னில் (நானும் சென்றேன்)** = என் வீட்டிற்கு (என் + இல்)
- **என்னுள்** (அவனிருந்தான் = என் உள்ளத்துள் (என் + உள்)

(ஏ)

- **ஏகச் சீர் தந்து** = மக்களுக்கு மிருதியான நன்மைகளைச் செய்து
- **ஏகாந்த கன்னியானாய்** = எனக்குத் தகுதியான பருவமங்கையானாய்
- **ஏங்கும் இதயங்களின் தாக்கம்** = வாழ்வில் உயர்வின்றி வருந்தும் மனிதர்களை ஆறுதல் படுத்தும், அல்லது மேலும் மனம் வாடுதல் செய்யும்
- **ஏதம்** = துன்பம்; நோய்

- **ஏதுவானார்** = காரணமானார்
- **ஏத்தி** = புகழ்ந்து
- **ஏலாத மனிதர்** = நட்புக்குக் கூடாத மனிதர்; பொருந்தாத மனிதர்

(ஒ), (ஓ).

- **ஒட்டுண்ணி** = இரத்தம் உண்ணும் பூச்சி
- **ஒரு கலை வைத்து ஒளியாக்கி** – (கலை = சந்திரனின் பங்கு; சந்திரன் 16 கலைகளை உடையவன்) தட்ச முனிவன் இட்ட சாபத்தால் 'நாளும் ஒரு கலையாகத் தேய்ந்து' சிறிது சிறிதாக மறைந்துகொண்டே இருந்தான் சந்திரன். 15 கலைகள் மறைந்தன. ஒரு கலையாக இருக்கும்போது சிவனிடம் சென்று, தன்னைக் காத்தருளும்படி வேண்டினான். சிவன், அந்த ஒற்றைக் கலையை எடுத்துத் தன் கற்றைச் சடைமுடியில் தரித்துக்கொண்டான். அந்த ஒற்றைக் கலை மறையாமல் நிலைத்து நின்றது...பின் சிவனின் அருளால் நாளும் ஒரு கலையாகச் சந்திரன் வளர்ந்தான்–அதுவே வளர்பிறை ஆயிற்று. தக்கன் இட்ட சாபத்தை முழுதும் போக்கமுடியாது. ஆதலின், சாபத்தின் காரணமாக மீண்டும் தேயலானான்– அதுவே தேய்பிறை ஆயிற்று. சிவனருளால் வளர்வதும், பின் தக்கன் இட்ட சாபத்தால் தேய்வதும் ஆகிய இத்தகைய இயல்பானான். ஆக, சந்திரன் முழுதும் மறைந்து ஒழிந்து விடாமல், காத்து, உலகுக்கு ஒளி அளிக்கும்படி அருளியவன் சிவபெருமானே ஆவான்.
- **ஒருப்படுதல்** = சம்மதித்தல்; நட்புக்கொள்ளுதல்
- **ஓசைப் பேரிலா ஊரும்** = மனிதர்கள் வாழாத ஊரும்
- **ஓய்ந்தனரே** = "சில நாட்கள் கவலையுடன் இருந்து பின்பு கவலையை மறந்து, முன்போலவே வாழத் தொடங்கினரே" என்னும் விளக்கமுடையது

(க)

- **கஞ்சமகள் ஆனாயோ** = பிறருக்கும் கொடுக்காமல் தானும் அனுபவிக்காமல் இருக்கும் தன்மை உடைய மகள் ஆனாயோ? (கஞ்சித்தனமுள்ளவள்)

- **கடுப்பு** = நோய்

- **கட்டையும் கத்தியும்** = மாமிசத்தை வெட்டுவதற்குப் பயன்படுத்தப் படும் மரக்கட்டையும் கத்தியும்

- **கண்டுண்ட** = நஞ்சு என்பதைத் தெரிந்து உண்ட

- **கண்ணலைக் கண்டதுமே** = அழகனை - தன் எண்ணத்தை அறிபவனைக் கண்டதுமே.

- **கண்புலன் தெரியா** = கண்ணாகிய அறிவுக்குத் தெரியாமல்

- **கண்விழி விரிக்கும்** = கண்களால் பார்க்கும்படியான வெளிச்சத்தைப் பரப்பும்

- **கதித்தெழுந்தார்** = கோபித்துக் கிளம்பினார்

- **கதிரகம்** = ஒளியுடைய உள்ளம்

- **கயிறிழந்த பட்டம்** = கயிறு அறுபட்ட பட்டம், காற்று வீசும் போக்கில் பறந்து விழுந்து கிழிதல் போல

- **கரவுநரி** = திருட்டு நரி

- **கருவாகி உருவாகி** = கருப்பம் ஆகி வடிவம் அடைந்து

- **கருவினை அகற்றி** = பாவத்தைப் போக்கி

- **கருவே இல்லாக் கனி இதுவே** = "விதை இல்லாத பழம் சுதந்திரம்" என்பது வெளிப்படை
  கரு = பிறப்பு; பிறப்பு இல்லாத கனி; அதாவது "நிலையான சுதந்திரம்" என்பது குறிப்பு.

- **கலையறி** = கலை அறிவு

- **கல்லும் காணும்படி நின்று** = அஃறிணைப் பொருள்களும் விரும்பிப் பார்க்கும்படியாக நின்று.
  (ஆசிரியர்களுக்குச் சொல்வன்மையும், தோற்றப்பொலிவும் வேண்டும். அப்போதுதான், கற்பதில் விருப்பம் இல்லாதவர்களும் பாடம் கேட்டுப் பயன் அடைவர்.

- **கவச ஓடு** = மண்டை
- **கவி கதை** = கவிஞனின் கதை (காதை = கதை= பாடல்)
- **கவின்தரு** = அழகுதரும்.
- **கறையிலா** = (மனிதராகி) = குற்றமில்லாத
- **கனகம்** = பொன்
- **கனன்றிட** = கோபமாகிய தீ உண்டாகிட
- **கனிப்பாக்கும்** = இனிமை ஆக்கும்
- **கனிவாக்கும்** = இரக்கம் ஆக்கும்
- **கன்னங்கறு எண்ணக்காரன்** = கெட்ட எண்ணம் கொண்டவன்

(கா)

- **கா** = காத்தருள்வாயாக
- **காணாதாகும் கருவுடலே** = பார்க்க முடியாமல் மறைந்துவிடும் கருவாகத் தோன்றி வளர்ந்த இந்த உடலே
- **காணாயிருளிலே உருவாகி** = பார்க்கமுடியாத இருளுடைய வயிற்றுக் கருப்பையினுள்ளே குழந்தை வடிவம் ஆகி
- **காணுமொளியிலே பருவாகி** = எல்லாரும் காணும்படி ஒளியுள்ள வெளியுலகத்திலே பருப்பொருள் ஆகி (ஆண் அல்லது பெண் ஆகி)
- **காமக்கனலிலே சருகாகி** = வளரும் பருவத்தில் காமமாகிய தீயினுள் விழுந்த சருகுபோல் உடல் வருந்தி வாடி.
- **காமப்......நலிவும்** = சுகவியாதி (கனேரியா)
- **காயக்குகையிலே கருவாகி** = உடலினுள் குகைபோல் இருக்கின்ற கருப்பையிலே உயிர்க்கரு ஆகி
- **கார்வினை** = பாவத்தொழில்
- **காலனை** = இயமனை
- **காலென (ஓடி)** = காற்றுபோல் வேகமாக
- **கால்கள் ஓடினவால்** = கால்கள் ஓடின (அவனுடன் சேர்ந்து ஓடி விட்டேன்; ஆல் –அசைச்சொல்)

(கி, கு, கூ, கெ, கொ, கோ)

- **கிளர எண்ணம் விதைத்து** = கொந்தளித்து எழும்படியான எண்ணத்தை உள்ளத்தில் உண்டாக்கி
- **குடலம்** = குடல்
- **குரையயருவி** = ஓசை உடைய அருவி
- **குழமனம்** = குழந்தையின் உள்ளம்.
- **குறுமன (மனிதர்)** = சிறுமைக்குண மனமுள்ள
- **கூட்டினை** = உயிரற்ற உடலை
- **கூறு** = பகுதி
- **கெஞ்சும் வயதினிலே** = பருவ வயதினிலே (கெஞ்சுதல் = இரந்து பலமுறை வேண்டுதல்)
- **கொட்டை மாட்டும் முன்னே** = உருத்திராட்சக் கொட்டை மாலையைக் கழுத்தில் அணியும் முன்னதாக
- **கொள்ளை அல்லல் (அடைந்தனரே)** = மிகுதியான துன்பத்தை
- **கோள்மீன் கொண்டோய்** = கோள்களையும் (கிரகங்களையும்) மீன்களையும் (நட்சத்திரங்களையும்) கொண்டுள்ளோய்

(ச)

- **சகட வாழ்வு** = மேலும் கீழுமாக உருண்டோடும் சக்கரம் போல, இன்பமும் துன்பமும் மாறிமாறி நிகழும் வாழ்க்கை
- **சகதியர்** = பொல்லாத நிலத்தவர்
- **சகரநீர் அன்ன** = கடல்நீர் போல்வன (பேரளவைக் குறிக்கும்)
- **சக்தி (ஆயுதம்)** = ஆற்றல் மிக்க
- **சடலம் நீக்கும் கடலே போல** = உயிரற்ற உடலைக் கரையோரத்தில் ஒதுக்கும் கடல்நீரின் தன்மையைப் போல (தீயனவற்றை நீக்குதல் வேண்டும் என்று அறிதல் வேண்டும்)
- **சட்டெனக் காட்டி** = உடளே வெளிக்காட்டி
- **சதுரகம்** = ஆற்றல் மிகுந்த உள்ளம்
- **சத்தகம்** = உண்மை உடைய உள்ளம்
- **சத்தமன்** = சனிபகவான் (அழகன்)

- **சத்தமாதர்** = ஏழு மாதர்கள்: (பிராமி, மகேசுவரி, கௌமாரி, நாராயணி, வராகி, இந்திராணி, காளி)
- **சத்தியகீர்த்தி** = உண்மையும் புகழும் உடைய
- **சத்துவ வழி** = நன்மை பயக்கும் உண்மையான வழி
- **சத்துவம்** = நன்மையே நோக்கும் தன்மை; சாந்தம்
- **சந்திக்கு வருதல்** = பல தெருக்கள் கூடும் இடத்திற்கு வருதல் (செய்திகள் பலருக்கும் தெரியும்படியாக வெளியாதலை இவ்வாறு குறிப்பிடுவர்)
- **சரும குரூரம்** = தோல் நோய்
- **சற்குணம்** = நற்குணம்
- **சவுந்தரா** = அழகா
- **சன்னக் கீதங்கள்** = மெல்லிசைகள்

(சா, சி, சீ, சூ)

- **சாத்திரம்** = கலை
- **சாதிச் சகதியில்** = சாதியாகிய சேற்றில்
- **சால்பில்லா உலகோர்** = உலகில் வாழும் மனிதத்தகுதி இல்லாதவர்
- **சாறயர் களம்** = திருவிழா எடுக்கும் இடம்
- **சாற்றுவர்** = விளம்பரப்படுத்துவர்; உணர்த்துவர்
- **சிரசு பகுதியா** = தலை பகுதியாக
- **சீர்பெற ஈன்ற** = புகழ்பெற பெற்ற
- **சீறுசிரம்** = கோபம் கொண்ட தலை
- **சூரிய குரு போல்** = சூரியன் வியாழன் ஆகிய கிரகங்களைப்போல
- **சூல்படை அங்கணன்** = சிவன்

(செ, சே, சோ, டா)

- **செங்களம்** = போர்க்களம்
- **செந்நீர்** = இரத்தம்
- **செருமுதல்** = இருமுதல்

- **செவி அகம் சென்று** = காதினுள் சென்று
- **செவி இரை....... நிலை** = செவிட்டுத்தன்மை
- **செவ்வரத்தை** = செம்பரத்தம் பூ
- **செவ்விருது** = நேர்மையான–நன்றான–பட்டம்
- **செறுவர்** = பகைவர்
- **சேமப்புனலில் மருவாகி** = நல்வாழ்வாகிய நதியினிலே மிதந்து செல்லும் நறுமணமலராகி (புகழுடன் வாழ்ந்து என்று கொள்க)
- **சேயாடு** = ஆட்டுக்குட்டி (சேய் + ஆடு)
- **சேயாளு** = குழந்தையின் தாய் (சேய் + ஆளு)
- **சேயெனப்** (பின்னே சேர்ந்தெழுந்தார்) = தந்தையின் வழிச் செல்லும் குழந்தை என்று கூறும்படியாக
- **சேயை அறுத்துக் கூறுபோட்டார்** = ஆட்டுக்குட்டியை அறுத்து அதன் மாமிசத்தைப் பல பங்குகளாகப் பிரித்து வைத்தார்
- **சோகவளியிலே உருமாறி** = வாழ்வில் நிகழும் துக்கமாகிய காற்றிலே அவ்வப்போது அகப்பட்டு உடலில் மாற்றம் உண்டாகி
- **சோதியை வேண்டியே நில்** = கடவுளை வேண்டி நிற்பாயாக (சோதி = ஒளிமயமான சிவன்)
- **டார்வின்** = மனிதனின் "பரிணாமம் கொள்கையை" நிலை நாட்டியவர்; இங்கிலாந்து நாட்டவர்

(த, தா)

- **தக்கப் பேரொளி** = தனக்கே நிலைபெற்றுள்ள மிகுந்த ஒளி
- **தங்கு குணம்** = எங்கும் தங்கும் தன்மை
- **தடம்புரளும் ஊர்தியைப் போல்** = வழி தவறி ஓடி விழும் வண்டியைப் போல் (ஊர்தி = புகைவண்டி)
- **தண்நிலா** = குளிர்ச்சியான ஒளியுடைய சந்திரன்
- **தமருகம்** = உடுக்கை
- **தரளம் குந்தம் தாமரைத் தண்டின் ஒளிரே** = முத்து, குருந்தமலர், வெண்தாமரைத் தான் இவற்றைப் போல வெண்மை ஒளியுடைய சுக்கிரனே; இன் –போல என்று பொருள் படும் உவம உருபு
- **தருஉம்** = தரும்

* **தரைகீழ்** = சமநிலப் பரப்பில்
* **தவளம் இட்டே** = கர்ப்பூரம் கொளுத்தி இறைவனை வழிபடுதல் போல வழிபட்டு
* **தவிஉளம் தணிக்கும்** = தவிக்கும் உள்ளத்தை ஆறுதல் செய்யும் (மன அமைதியை அளிக்கும்)
* **தறுகண்** = அஞ்சுவது அஞ்சாமை; கொடுமை
* **தாபமணலிலே தருவாகி** = வெப்ப மணலிலே மரம் வாடுதல் போல, துன்ப வாழ்விலே மனிதன் வாடி
* **தாயாடு** = குட்டியை ஈன்ற ஆடு
* **தாயாளு** = குழந்தையை ஈன்ற தாய்
* **தாவம்** = காட்டுத் தீ

(தி)

* **திட்டை** = திண்ணை
* **திண்ணம்** = நிச்சயம்
* **திரிசிகை** = சூலம்
* **திரு** = திருமகள்; அழகு; செல்வம்
* **திருத்தலம்** = புண்ணியத்தலம் (தலம் = இடம்)
* **திருநீராடியும்** = திருத்தலத்திலுள்ள நீரில் (நதிநீர், குளநீர்) தலைமூழ்கி குளித்தும்
* **திருப்பதம் பரவியும்** = தெய்வப் பாடல்களைப் பாடித் துதித்தும்
* **திருப்பாட்டையும் ஓட்டையும் காட்டி** = தெய்வப் பாடல்களைப் பாடியும், திருஓட்டினைக் கையில் எடுத்துக்கொண்டு திரிந்தும்
* **திருப்பொடி இட்டும்** = நெற்றியில்–உடலில்–திருநீறு பூசிக் கொண்டும்
* **திருமுடி போக்கியும்** = இறைவனுக்கு வேண்டுதல் வைத்து, முடியைக் காணிக்கையாகச் செலுத்தியும்
* **திருவுடை (அணிந்தும்)** = கடவுள் சன்னிதிக்குச் செல்வதற்காக அணியப்படுகின்ற உடையை

(திருவுடை = கருப்பு, சிவப்பு, பச்சை, மஞ்சள் போன்ற நிறமுள்ள உடை)

- **திருவுரு** = கடவுள் உருவம்
- **திருவொளி** = திருவிளக்கு
- **திரைஞர்** = திரைப்படத் தொழில் சம்பந்தப்பட்டவர்கள்
- **திவ்விய கொட்டையும்** = தெய்வத்தன்மையுள்ள உருத்திராட்சக் கொட்டையும்
- **தினைமொட்டு போன்ற** = வடிவத்தில் தினைப்பூட்டை போன்ற

(தீ, து, தூ, தெ, தே)

- **தீபக ஒளி** = விளக்கு ஒளி
- **தீந்தமிழ்** = இனிமையான தமிழ்
- **தீந்தொடை** = இனிய ஓசையுடைய குழல்; யாழ்
- **தும்பைப்பூ பாதத்தை** = தும்பைப்பூ போன்ற வடிவமுடைய தூய்மையான பாதத்தை (ஒரு பெண்; அவளுக்கு ஓர் ஆசை. தன் காலடி, சிவனுடைய முடியில் படுதல் வேண்டும் என்பதே. அதற்காகத் தவம் செய்தாள். சிவன், அவளுடைய தவச் சிறப்பை அறிந்தார்; அவளுடைய விருப்பத்தையும் அறிந்தார். அவளைத் தும்பைப் பூவாக்கித் தன் தலை முடியிலே சூடிக் கொண்டார். –இச் செய்தி, கீழே கிடந்த ஒரு புத்தகத் தாளை எடுத்துப் படித்தறியப்பட்டது; அந்தப் புத்தகத்தின் பெயர் தெரியுமாறில்லை. தும்பைப்பூ கால்பாதத்தைப் போன்ற வடிவம் கொண்டிருத்தல் காணத்தக்கது.
- **தூசுபட்ட தூணர்கள்** = புழுதிபடிந்த மரம் போன்றவர்கள் (பிறரை அடிமைப்படுத்தி ஆட்சிபுரியும் ஆட்சி வெறியர்களைக் குறிக்கும்)
- **தெவ்வரை** = பகைவரை
- **தெள்ளுமொழி** = பிறர்க்குப் புரியும்படி அமைந்துள்ள தெளிவான மொழி
- **தெறுநர்** = பகைவர்; கொலையாளர்
- **தென் ஒலி** = இன்னிசை போன்ற ஓசை
- **தென்றமிழ்** = இனிய ஓசையுடைய தமிழ்

* **தே** = கடவுள்
* **தேச நேச பக்தி** = தேச மக்களிடம் அன்பும் நாட்டின்மீது பக்தியும்
* **தேசொளி** = ஞான ஒளி (தேசு + ஒளி)
* **தேநீரு** = இனிய தண்ணீர் (தேம் + நீர்)
* **தேநீறு** = சர்க்கரை, இனிய பொடி (தேம் + நீறு)
* **தேம் கா** = பூங்கா (தேம் = தேன்; வண்டு கா + சோலை)
* **தேரான தேகத்தை** = தேர்போன்ற அழகிய உடலை.
* **தேரைபோல் ஆகேனோ?** = மனிதர்களையே பாராமல் தேரைபோல் தனிமையில் இருக்கும் நிலையை அடையமாட்டேனோ? [தேரை-(1) பாறைக்குள் இருக்கும்; (2) உருவில் தவளை போலிருப்பது; இது நீரில் செல்லாது; இது நீரிலுள்ள மரங்களின் மீதிருந்து முட்டையிடும்]
* **தேனிசை மருக!** = தேன்போன்ற இன்னிசையைத் தோற்றுவித்த தலைவ]

(ந, நா)

* **நசிய** = அழிய
* **நசையுடன்** = விருப்பத்துடன்
* **நடம்** = கூத்து
* **நதிபதி** = கடல்
* **நலிதல்** = மெலிதல்; நோயடைதல்
* **நளினப்பார்வை** = தாமரை மலர்போன்ற கண்களின் பார்வை
* **நனிஞான உருவே** = மிக்க அறிவுடைய வடிவம் கொண்டோய்
* **நனைமிகு தீங்குழல்** = தேன்போன்ற இன்னிசை மிகுந்த குழல் – நாதசுரம்
* **நாகசுரத்தில்** = படமெடுத்த நாகப்பாம்பு போன்ற வடிவமுடைய இசைக்கருவியில்
* **நாகம் அடங்க** = மதயானை அடங்கும்படியாக
* **நாகம் ஆட நன்கனம் ஒலிக்கும்** = நாகப்பாம்பு படமெடுத்து ஆடும் படியாக நன்றாக ஒலிக்கும் (நன்கனம் = நன்றாக)

- **நாகம் உதிர்க்க** = நாகமரம் நாகப்பழங்களை உதிர்க்கும்படியாக
- **நாகம் நகர** = மலை நகர்ந்து செல்லும்படியாக
- **நாகம் பொழிய** = மேகம் மழையைப் பொழியும்படியாக
- **நாசக்குழியில் உருவழிந்து** = புதைக்குழியில் மனிதவுடல் அழிந்து
- **நாடியே நிற்பதுபோல்** = இரத்தக் குழாயில் இரத்தம் ஓடாமல் நிற்பதுபோல்
- **நாட்டங்கள்** = விருப்பங்கள்
- **நாட்டத்தைச் (செலுத்திவிட்டான்)** = கண்பார்வையை என்மீது
- **நாட்டுப் பட்டறிவு** = வாழ்கின்றபோது நாட்டில் பெறுகின்ற அனுபவ அறிவு
- **நாணயக்காசே நிலையாகும்** = நேர்மையாக உழைத்துப் பெறுகின்ற காசே நிலைத்து நிற்கும்.
- **நாமநீர்** = கடல்

(நி, நீ, நெ, நே, நோ)

- **நிலவுதொட்ட நெஞ்சாவேன்** = சந்திரனை அடைந்தால், உண்டாகும் மகிழ்ச்சியை உடையவனாவேன்
- **நிலவோர்** = நிலவுலகிலுள்ள மக்கள்
- **நீலப்பிரியனே** = நீலநிறத்தை விரும்புபவனே
- **நீறாக** = சாம்பலாக
- **நெகிழ் கவிதை** = நெஞ்சை இளகவைக்கும் கவிதை
- **நேர்த்திக்கடன்** = பிரார்த்தனைக் கடன்
- **"நோய்நாடி......செயல்"** –குறள்: 948.

  –நோய் இன்னதென்று ஆராய்ந்து, நோயின் காரணம் ஆராய்ந்து, அதைத் தணிக்கும் வழியையும் ஆராய்ந்து, உடலுக்குப் பொருந்தும்படியாகச் செய்யவேண்டும்.

  – மு.வ. திருக்குறள் தெளிவுரை

(ப, பா)

- **பசுபதி** = சிவன்
- **பஞ்சமா பாதகரை** = கொலை, களவு, பொய், கள், குருநிந்தை ஆகிய ஐந்து பெரும்பாவங்களைச் செய்பவரை
- **பஞ்சாங்கம்** = காலத்தைக் கணித்துக் காட்டும் நூல் (சாதியைக் கணித்தல்–உண்டாக்குதல்–சாதிப்பஞ்சாங்கம் என்க)
- **பட்டை தீட்டும் முன்னே** = திருநீற்றுப்பட்டை நெற்றியில் பூசும் முன்னதாக
- **பதரே** = உமி போன்றவரே; பயனற்றவரே
- **பரகதிக்கு வித்து** = மாண்டபின் முத்தி அடைதலுக்காக இப்பிறவியில் இடுகின்ற விதை. தேவகதி அடைதலுக்காக இப்பிறவியில் செய்யும் நல்வினை என்க, (கதி–தேவகதி, மக்கள் கதி, விலங்கின் கதி, நரக கதி)
- **பரநாட்டையும் வீட்டையும் நாடவே** = தெய்வலோகத்தையும் மோட்சத்தையும் அடைவதற்காக
- **பரமம் அளிக்கும் வீடு** = முதற்கடவுள் அளிக்கும் வீடுபேறு
- **பருவமெல்லாம் பட்டு மகிழ** = காலமெல்லாம் உயர்வுபட்டு மகிழ்ச்சி அடைய
- **பற்றார்** = நட்புக்கொள்ளார்
- **பற்றுயிர்** = அன்பு உயிர்
- **பனித்துளி தயிர்சங்கின் ஒளிபடைத்த** = பனித்துளி, தயிர், சங்கு இவைபோல வெண்ணிற ஒளிபடைத்த (இன் = போல)
- **பாங்கில்லாப் (பட்டத்தை)** = தகுதி இல்லாத
- **பாசப்புலத்திலே உருவாகி** = பாசமாகிய வயலிலே உரமாகி (தம் குழந்தைகள், உறவினர்கள், உடன்பிறந்தவர்கள் எனப் பாசம் கொண்டு, அவர்களின் வளர்ச்சிக்காக ஆக்கப்பணிகளைப் புரிந்து வருந்தி)
- **பாசி** = நீரின் மேல் படர்ந்து மிதக்கும் பசுமையான பயிரினம்
- **பாசிலை** = பச்சைநிற இலை
- **பாரிருள்** = பூமியின்மேல் படர்ந்துள்ள இருள்
- **பாவையினை** = பொம்மையை

(பி, பு, பெ, பே, பொ, பௌ)

- **பிஞ்சுக் கையினாலே** = குழந்தையின் இளங்கையினாலே
- **பித்ருகாரகன்** = சூரியன் (சூரியபகவான் பூமிக்குத் தந்தை. பூமி உருவானதற்குக் காரணகர்த்தா. இதனால் சூரியனை பித்ருகாரகன் என்பர்)
- **புரசுநிகரா** = புரசமரப் பூக்களுக்கு நிகராக (நிகர் = ஒப்புமை)
- **புரைவைத்த புண்** = உடலின் உள்பக்கமெல்லாம் பரவும் தன்மை வாய்ந்த புண் நோய் (புற்றுநோய்)
- **புல்லுடலை** = இழிவான உடலை
- **புல்லும் புரியும்படிப் பேசு** = அறிவில் மந்தத்தன்மை உடையவர்களும் புரிந்துகொள்ளும்படியாகத் தெளிவாகப் பேசு
- **புல்லுருவி** = பிற செடிகளிலிருந்து உணவைக் கவரும் செடி [புல்லுருவித்தன்மை (PARASITISM) என்பது சில செடிகளின் வேர்கள், பிற செடிகளின் தண்டுகளில் ஊடுருவிப் பாய்ந்தோ, வேர்களில் புகுந்தோ, அச் செடிகள் ஆக்கும் உணவைக் கவரும் திருட்டுத் தொழிலைக் குறிக்கும். இப்புல்லுருவியினை வேர்ப்புல்லுருவி, தண்டுப்புல்லுருவி என்று இரண்டு வகையாகப் பிரிப்பர்]
- **புவி புறம் தெரிந்து** = பூமியிலுள்ள மக்களுக்குத் தெரிந்து
- **புறவினை ஒன்றால்** = யாவர்க்கும் தெரியும்படியான புறச் செயல் ஒன்றினால்
- **பெருநெறி பெற்றிட** = முக்திவழி அடைந்திட
- **பேருரு** = பெரிய வடிவம்
- **பேருயர்** = மிக உயரத்தில்
- **பேர் தேசும் பரவும்** = புகழ் ஒளி பரவும்
- **பேறு அளிக்கும் நீறு உடையான்** = சிவபெருமான். (பேறு=செல்வம்; நீறு=திருநீறு)
- **பொங்கு மனம் இழுக்கும்** = துள்ளும் உள்ளத்தைக் கவரும்
- **பௌமன்** = பூமிதேவியின் மகன் (அங்காரகன்)

(ம)

- **மஞ்சள் உரோகம்** = மஞ்சள் காமாலை (உரோகம் = நோய்)
- **மஞ்சள் நிறப்பிணி** = மஞ்சள் காமாலை
- **மஞ்சள் நிறமணி** = மாணிக்கக் கல்
- **மண் ஒளி** = பூமியில் ஒளியை
- **மண்ணரசி** = பூமாதேவி
- **மண்தரு** = பூமியின் மேலுள்ள மரம்
- **மதியின் வினை** = புத்தியால் செய்யும் நற்செயல் அல்லது தீய செயல்
- **மருங்கு நில்லா** = ஓரிடத்திலும் அமைதியாக அமர்ந்திருக்காது
- **மருட்டுதல்** = பயமுறுத்துதல்
- **மருள்மிகு இருள் விலகும்** = மயக்கத்தை–அச்சத்தை– மிகுதியாக அளிக்கின்ற இருள் நீங்கும்
- **மலரகம்** = மலர்போன்ற மென்மையான நல்ல உள்ளம்
- **மலைத்தெழுந்து** = பகைத்தெழுந்து
- **மறைநூல் கலைஞு!** = வேதம் அறிந்த கலைஞனே!
- **மனமலர் அடைந்து** = மலரின் தன்மையுடைய உள்ளத்தில் புகுந்து
- **மனோகரர்** = விரும்பப்படும் தன்மை உடையவர்

(மா, மு)

- **மாசுபட்ட (மனிதர்கள்)** = பிற நாட்டினரை அடிமைப்படுத்தி யமையால் குற்றமடைந்த
- **மாத்திறம்** = பெருந்திறமை
- **மாத்திறல்** = பெரு வலிமை
- **மாத்ருகாரன்** = சந்திரன் (பூமி குளிர்ந்து வாழ்வதற்குத் தகுதி யான நிலை பெற்றதற்குக் காரணகர்த்தா சந்திரன். பூமிக்குச் சந்திரன் தாயானாள். இதனால், சந்திரனை மாத்ருகாரகன் என்பர்)

- **மாயவுலகிலே ஒருவாகி** = காணமுடியாத மாயமாகிய ஒருலகில் இருந்து வந்து, தோன்றி ஒரு பொருளாகி (உயிர்)
- **மாவிலங்கர்** = பெரிய மிருக குணமுள்ளவர்
- **மானவராவர்** = தேவராவர்; அரசராவர்
- **முதல் நாடும் (மனிதர்)** = பணவசதி உடையவரா என்பதை அறிய விரும்பும்
- **முந்நீர்** = கடல் (ஆற்றுநீர், ஊற்றுநீர், மழைநீர் என்னும் மூன்று நீர் கலந்தது; படைத்தல், காத்தல், அழித்தல் ஆகிய மூன்று தன்மைகளை உடையது)
- **முப்பால்** = திருக்குறள் (பால் = பகுதி: பிரிவு)
- **முல்லைக் கான்மகள்** = காடுகிழாள்: காளிதேவி

(மூ, மெ, மே, மொ, மோ)

- **மூன்றுலக நாதா** = பூலோகம், பரலோகம், பாதாளம் ஆகிய மூன்றுலகங்களுக்கும் இறைவா!
- **மென்உரு களிக்கும்** = மென்மையான உடலை–உள்ளத்தை– மகிழ்விக்கும்
- **மேகம்திகழ் பூமியறிய** = மேகம் திகழ்கின்ற பூமியிலுள்ள மக்கள் அறியும்படியாக
- **மேகவெளியிலே** = ஆகாயப் பரப்பிலே
- **மொய்த்தெழுந்து** = ஒன்றுகூடிக் கிளம்பி
- **மோகவுயிரே என்னாகும்?** = மரணமடைந்த பிறகு ஆசைஉயிர் எங்கே செல்லும்? எந்த நிலை அடையும்?
- **மோகம் கொள்ளும் மூர்த்தியாவீர்** = எல்லாரும் விரும்பும் தலைவனாவீர்

(வ)

- **வக்கிரம்** = கொடுமை.
- **வடதிசை நோக்கி .... பயன்படுமாம்** = வடக்கு திக்கு நோக்கி வளர்ந்து சென்றுள்ள சில மரம் செடிகளின் வேர்கள்,

உடல்நலம் பெறுவதற்கு மருந்தாகப் பயன்படும் என்பர். வடதிசையைப் பெருந்திசை, மங்களதிசை, புண்ணிய திசை எனவெல்லாம் கூறுவர்.

- **வடிவுக்கு வண்ணம் உண்டு** = மனித உருவத்திற்குக் குணம் உண்டு (காண்போரை விரும்பும்படிச் செய்வது உடல் தோற்றமும் ஆகும்)

- **வட்டம் வடிவாய்த்....... காட்டாதாம்** = தெய்வ வழிபாட்டின் போது, உடைக்கப்படும் தேங்காயின் வடிவத்தை நோக்கிப் பலன்களை அறியலாம் என்பர் (தேங்காய் உடைக்கும்போது மேல்மூடி பெரியதாகவும் அடிப்பாகம் சிறியதாகவும் அதேசமயம் வட்டமாகவும் இருந்தால் லட்சுமீகரம் உண்டு. உடைந்து நரம்பு பிடித்துக்கொண்டால் நல்வாழ்வு உண்டாகும். சிறிது பருப்பு உள்ளே விழுந்துவிட்டால் தங்க ஆபரணங்கள் சேரும். நடுவில் பிளந்துகொண்டால் குடும்பத்தில் சச்சரவு ஏற்படும். நடு மையத்தில் வட்டமாக உடைந்தால் நன்மை உண்டாகும். ஓடு நசுங்கிவிட்டால் நோய் உண்டாகும். அழுகியதாக இருந்தால் மனத்துயரத்தை உண்டாக்கும்)

- **வண்கை** = கொடை அளிக்கும் கை

- **வந்தனை** = வணக்கம்; வழிபாடு

- **வரை ஏறி** = மலையின்மேல் ஏறி

- **வலிந்தோடி** = அழைக்கப்படாமல் இருக்கத் தாமாகவே ஓடி

- **வல்லூறு** = இராசாளி (கழுகுஇனப் பறவை)

- **வல்லோரை (ஆக்கவேணும்)** = திறமையில் வல்லவர்களை

- **வழிந்திடும் பொங்கல்......காட்டிடுமாம்** = பொங்கல் கிழக்குத் திசை நோக்கிப் பொங்கி வழிந்தால், அந்த ஆண்டு முழுதும் வளமையுடன் வாழலாம் என்பர்

- **"வன்கண் குடிகாத்தல்........."** –குறள் 632.

    –அஞ்சாமையும் குடிப்பிறப்பும் காக்கும் திறனும் கற்றறிந்த அறிவும் முயற்சியும் ஆகிய இவ்வைந்தும் திருந்தப் பெற்றவன் அமைச்சன்

    – மு.வ. திருக்குறள் தெளிவுரை

(வா, வி, வீ, வெ)

- **"வாணிகஞ் செய்வார்க்கு........ செயின்"** –குறள்.120.

  –பிறர் பொருளையும் தம் பொருள்போல் போற்றிச் செய்தால், அதுவே வாணிகம் செய்வார்க்கு உரிய நல்ல வாணிக முறையாகும்

  – மு.வ. திருக்குறள் தெளிவுரை

- **வாதாட்டம்** = மரக்கிளையின் அசைவு
- **வாரணா** = கணபதியே
- **வால்குட்டி** = ஆட்டுக்குட்டியைக் குறிக்கும்
- **விண்புகழ் தேரோடும்** = விண்ணினர் புகழும்படியாக மண்ணிலே பெயர் விளங்கும்
- **விண்மீன் துன்பம்** = நட்சத்திர தோசம்
- **விளித்தே** = அழைத்தே
- **வீசுவெளி தேசுபோலாம்** = நிலப்பரப்பிலே பரவி வீசும் ஒளியைப் போலாகும்
- **வீடிய வீரத்தியாகியை** = மோட்சமடைந்த வீர சுதந்திரத் தியாகியை
- **வீணவரே** = பயனில்லாதவரே
- **வீறுபெற்ற (வாழ்வுக்கே)** = சிறப்புப் பெற்ற
- **வீழும் நெறி** = அழியும் வாழ்வு வழி
- **வீழ்நாள் இன்றி** = நாள் தவறாமல்
- **வெங்களம்** = போர்க்களம்
- **வெங்கனல்** = கொடுங்கோபம்
- **வெம்பரி** = விரைந்தோடும் குதிரை
- **வெள்ளம் குருதி** = மிகுதியான இரத்தம் (வெள்ளம்–பேரளவுப் பெயர்)
- **வெள்ளைக் களையை** = வெள்ளைக்காரன் ஆகிய களையை (களை= நீக்கப்படவேண்டிய பயனற்றச் செடிவகை)
- **வெள்ளைத்தேவன்** = ஆங்கிலேயர்களை எதிர்த்து நின்று சுதந்திர உணர்வுக்கு வித்திட்ட வீரர்களுள் ஒருவன்

குறிப்புகள்

குறிப்புகள்

குறிப்புகள்

குறிப்புகள்